இனிய முது நெல்லி

சந்தியா முரளிதரன்

புக் பெஞ்சர்ஸ்

இனிய முது நெல்லி
ஆசிரியர் ©சந்தியா முரளிதரன்

முதற்பதிப்பு 2021
பக்கங்கள் 110

Published by Book Benchers 2021

ISBN 978-93-91423-00-1

ThebookBenchers@gmail.com
Contact 9944992571

Afflicated By
Aelay Publish
www.aelaypublish.com

முன்னுரை

வாசிப்பால் வாழ்வை உணர வந்த வாசகர்களுக்கு அன்பு வணக்கங்கள். "இனிய முது நெல்லி" எனும் இந்த புத்தகம் வீட்டிற்கே இன்றியமையாத உறவான பாட்டியின் சிறப்புகளைக் கொண்ட நூல். முதுநெல்லி முன்னே கசக்கும் பின்னே இனிக்கும் என்று பிறர் கூற கேட்டிருக்கிறோம். இதனை அறிவுரைகளுக்கு உவமையாக்கி கூறுவர். ஆனால் பாட்டி எனும் ஒர் உறவால் மட்டும் தான் கசக்கும் அறிவுரைகளையும் இனிதே கூற இயலும். எனவே பாட்டி என்பவள் என்றுமே இனிய முது நெல்லி தான் ! இந்தக் கருத்தை மையப்படுத்தும் வகையில் அமைந்துள்ளது இத்தொகுப்பு நூல். இந்நூலில் எழுபத்தொரு கவிஞர்கள் தங்களுடைய பாட்டிகள் குறித்த உணர்ச்சிகளை அளவுகோலின்றி, வாசிப்பவருக்கும் சலிப்பு தராத வண்ணம் மரபுக் கவிதைகளாகவும், புதுக் கவிதைகளாகவும் அள்ளித் தெளித்துள்ளனர். இனிமையான முது நெல்லியாய் என்னை வழிநடத்திய என் பாட்டிக்கான சமர்ப்பணமாகத் தொடங்கிய இந்நூல், இன்று 71 கவிஞர்களின் பாட்டிகளுக்கான சமர்ப்பணமாக உருவெடுத்துள்ளது. மனதைத் தொட்ட தலைப்பில் ஈடுபாடு கொண்டு கவிஞர்களும் பலவாறு கவிதைகள் படைத்துள்ளனர். இந்நூலை தொகுக்கும் நாட்களில் என் கண்ணில் வறட்சிக்கு இடமில்லாமல் கண்ணீர் பெருக்கெடுத்தோடியது. வாசகர்களே ! உணர்ச்சிக் கடலில் மூழ்கி உறைந்திட உங்களுக்கும் என் வாழ்த்துக்கள் !

சந்தியா முரளிதரன்
தொகுப்பாளர்

தொகுப்பாளர்

இந்த புத்தகத்தை தொகுத்து
வழங்குபவர் சந்தியா முரளிதரன். இவர்
ஆங்கில இலக்கியம் படித்து வருகிறார்.
கேரளாவைச் சேர்ந்தவர், கோவையில் வளர்ந்தவர்
இவர்தம் மனம் பேசிய மொழியே கவிதை
படைப்பு என்கிறார்.
இவர் பல புத்தகங்களில்
இணை ஆசிரியராக இருந்திருக்கிறார்.
மேலும் ஒரு புத்தகத்திற்கு அணிந்துரை
எழுதியுள்ளார். இவர் தொகுத்து வழங்கிய
முதல் நூலின் பெயர் "ஞாலத்தின் நாணம்".

கண்டு மகிழ்ந்தது சில,
காணத் துடிப்பது பல,
கண்டிப்புகள் நிறைந்த உலகில்,
சிந்திப்பி லாவது உலாவிடுவோம் ।
கவிதைச் சாரலில் நனைந்து
சிரித்து மகிழ்ந்து வாழ்ந்திடுவோம் ।

என்னும் இவரின் வரிகளுக்கிணங்க
படவரியில் @saaral._kavithaigal எனும்
பெயரில் தன் கவிதைகளை படைத்து
வருகிறார். இவரது
மின் அஞ்சல் ssandhyamuralidharan@gmail.com.

கவிதைகள்

உள்ளடக்கம்

நான் இழந்த ஒளியவள் !

குளிர்ந்த தேகம் கொண்டவள் !
உழைத்து ஓய்ந்து மெலிந்தவள் !
அனுபவத்தால் ஞானம் தெளிந்தவள் !
அறிவுரையை காலத்திற்கேற்ப குறைத்தவள் !
தன் உயிரை அன்பாய் உதிர்த்தவள் !
மௌன மொழியால் வாழ்வை வென்றவள் !
அன்பின் முன் ஏற்றதாழ்வுகள் மறந்தவள் !
தலைகோதி தங்கமுத்தம் இடுபவள் !
பொக்கைப் புன்னகையால் மனதை ஈர்ப்பவள் !
தேகமெல்லாம் சுருக்கங்கள் கொண்டவள் !
தியாகமெல்லாம் வேகமாய் ஈந்தவள் !
என் எல்லாமுமாய் மாறியவள் !
எதிர்பாரா தருணமொன்றில் எனை ஏமாற்றி
ஒளிமறைத்து விழிமூடிப் பறந்தவள் !

- சந்தியா முரளிதரன்

ஆறாத அன்பு ஆராதனை

ஆதி தலை முதல்,
அந்தம் பாதம் வரை,
அனைத்து தோற் சுருங்கி,
அத்தனையும் மூளையறிந்து,
அனுபவத்தில் திளைத்த அவள்!

கழையாய் அறிவுரை நடனமாடினும்,
காது அது இரசிக்காவிடினும்,
கண்கள் இரண்டு முறைத்திட்டாலும்,
கணப் பொழுதெல்லாம் புலம்பிடுவாள்,
கற்றலை தூவி வீசிடுவாள்!

மூச்சில் பாசம் பரப்பிடுவாள்,
முழங்கால் வலிக்க நடந்திடுவாள்,
முதுகது வளைந்தும் நின்றிடுவாள்,
முந்தி முந்தி வாதம் செய்வாய்,
முப்பதே நொடி ஓயமாட்டாள்!

கூறிய உன் வாய்மொழிகளும்,
கூறாத பல் இடையில் சிக்கிய மௌனங்களும்,
கேலியாக சிந்தித்து சிரித்தாலும்,
கேட்கவில்லை எனில் வேடிக்கையாகிறதே!
கோடிட்ட உன் உருவத்தின் முன்னே!

-ழஞ' (கலாம் நேசகி அபிதா)

அவள் நூலகம்

பாட்டி என்னும் பாவை
பற்களை தொலைத்த வாய்,
பார்வை நழுவும் கண்கள்
இளமை இழந்த உடல்,
செவித்திறன் குன்றும் காதுகள்
குழைந்து மொழியும் தமிழ்,
நடுங்குகின்ற கையும் காலும்,

அகவை பல கடந்ததால்
மூப்புநோய் ஆட்கொண்டது அவளை
அனுபவங்கள் பல கற்றதால்
அவளும் ஒரு நூலகம் !
பழமொழிகள் பல சொல்லி
பரிகாசம் பண்ணி பார்ப்பாள் !
கதைகள் பல சொல்லி
கருத்துகளும் நன்கு உரைப்பாள்
அவள் சொன்ன விடுகதைகள்
அவ்வப்போது நினைவு வரும்
நண்பர்களை நான் வினவ
நன்றாய் அது உதவும்
அம்மாவிடம் சொல்லாதே திட்டுவாள்என
அவள் எனக்கு தந்த
பணமும் தின்பண்டமும் பல
பதிந்து போனது நினைவில்

அவள் சொன்ன அறிவுரைகள்
அதிகமாய் பயன்பட்டது வாழ்வில்
பல விதமாக பாட்டி
பதிந்து விட்டாள் மனதில்
அவள் இல்லாமல் போனால்
அரைகுறையாகும் என் வாழ்க்கை

நல்ல நூல்களைப் போல
நல்ல வழிகளை காட்டினாள்
அவள் ஒரு நூலகம்
நான் ஒரு வாசகன்

- இராகுல் கலையரசன்

ஆலமரத்து விழுது – அன்பு வாழும் வீடு

தென்னங்குருத்து தெருவுல வருது,
பருத்திப்பாலு கூப்பாடு போடுது,
கேப்பார் இல்லாம அனாதையா அலையுது,
கேப்பங்கூழும் கம்மஞ்சோறும்
கரைச்சு குடுச்சா கொழுப்பும் குறையும்.
துடிப்பும் கூடும், இறப்பும் குறையும்.
அன்னந்தண்ணி ஆகாரமில்ல
அம்மில அரைச்ச மசாலா வாசம்
மண் மணம் மாறாம ரகசியம் பேசும் !
பேராண்டி பேத்தி னு வாய் நோகாம சொல்லுவா,
பெத்த தாயவிட தங்கத் தட்டுல
வச்சு நல்லா தாங்குவா,
என்னப்பெத்த ராசானு
உசுரா இருப்பா,
நுங்கும் தண்ணியும் போதும் போதுங்கிற
அளவுக்கு கை நிறைய,
அள்ளி அள்ளி கொடுப்பா !
தனக்கு மிஞ்சிதான் தானமும் தர்மமும்ங்கிற
மறுபேச்சில்லாம பாசத்தோட பழகுவா
வயசு வித்தியாசம் பாக்காம வளர்ந்தவ
வயசுக்கு வந்துட்டா, சிட்டா பறந்துட்டு இருப்பா !
சிறுபிள்ளத்தனமா கில்லி, நொண்டினு
விளையாண்டுட்டு கிடப்பா,
பரமபதம், பல்லாங்குழினு பருவத்து புள்ளமாறி
பாய்ந்து பந்தாடுவா,

பதின்ம வயத தாண்டுனாலும்
நெஞ்சுல ஈரமும்,
எடுத்த செயலுல வைராக்கியமும்
கொஞ்சம் கூட அவ மனசுல சாகல.
பால்மணம் மாறாத மனசு,
பசுமரத்தாணி போல கதைகள் பேசும்
ஊரான் வீட்டு பிள்ளையக்கூட
தன் பிள்ளையா ஊட்டி வளர்ப்பா
எவன் வம்புதும்புக்கும் போகமாட்டா,
வேணும்ணு வம்பிழுக்கிறவன
வசம்ப வச்சு நல்லா தேப்பா !
அஞ்சாவது கூட தாண்டிருக்க மாட்டா
நாட்டு நடப்புலாம் அவளுக்கு அக்குவேறு
ஆணிவேறா அத்துப்படி,
கை வைத்தியத்துல கண்ணா இருப்பா
சுகப்பிரசவத்துல இவளுக்கு
இல்லாத கைராசியா?
கை,கால் வலினு முகத்த சுளிக்க மாட்டா
வந்தார வாயார வரவேற்பா
ஏன் வரலனு உரிமையா அதட்டி வேற கேப்பா,
சொன்ன சொல்லு தட்ட மாட்டா,
சொற்படி கேக்காட்டி சூடு வைப்பா !
அன்ப அள்ளி கொடுப்பா
அப்பனே விநாயகானு,
நொடிக்கு முந்நூறு தடவ
மூச்சுவிடாம முணுமுணுப்பா !
கற்பனைக்கும் எட்டாத கண்கட்டிவித்தைதெல்லாம்
கணக்கில்லாம காட்டுவா

கப்பலே இடிஞ்சு கீழ விழுந்தாலும்,
கண்கலங்காம காப்பாத்துவா !
எங்க குல சாமி அவ,
நரச்ச முடிதா இருந்தாலும்,
நண்டு சுண்டுகளுக்கெல்லாம்
நல்லத மட்டுமே சொல்லி பழக்குவா !
வீட்டுக்கு மூத்தவ, விவரம் அறிஞ்சவ
அஞ்சாங் கிளாஸ்க்கூட தாண்டல
இவளுக்கு இருக்கிற அறிவு சுத்துப்பட்டி
கிராமத்துல எங்க சுத்தி பாத்தாலும்,
யாரு சொல்லி கேட்டாலும்,
இவள மிஞ்ச எவனும்
இன்னும் எங்கும் பிறக்கல !
இனி பிறக்கப்போறதுமில்ல !
ஏட்டுச்சுரைக்காய் கறிக்கு உதவாதுனு
உலகத்துக்கு முன்னுதாரணமா
வாழ்ந்து காட்டும் மூப்படைந்த சீமாட்டி !
விருட்சத்தை தாங்கும் அழகிய பியூட்டி !

- பா. கவுசிகா (பார்கவி)

என் இம்சை பாட்டி!

நிலவை படைத்தவானம் நீ என் ருக்கு பாட்டி,
சேவல் கூவலுக்கும் காக்கை கரைதலுக்கும்
முன்னெழுந்து ஒலி இடுவாயே (சத்தம்)
அவையே எங்கள் இம்சையான இனிய சுப்ரபாதம்
அதிகாலை சூரியனுக்கும்
அந்தி மாலை நிலவுக்கும்
நேரம் காட்டும் கடிகாரமே உந்தன் பொற்பாதங்கள் !
சுறுசுறுப்பின் சிகாமணி !
கண்காணிப்பு புகைப்பட கருவிகளோ
உந்தன் இமைகள் !
படிக்காமல் பட்டம் பெறும் மருத்துவச்சி !
எஞ்சியதையும் தானம்செய்து
கஞ்சியையே புசிக்கும் கொடைவள்ளி !
ஓய்வெடுக்கும் உன் வயதும் (85)
உன் சுறுசுறுப்பில்
ஓய்வெடுக்க மறுக்கிறது !
மதிமங்கும் வயதிலும் மழலையாயும்
பதினெட்டு வயது பட்டாம்பூச்சியாய்
வலம் வருபவள் என் ருக்கு பாட்டி !

- மாலதி ராமதாஸ்

மூதா(பா)ட்டி!

அன்பு காட்டுவதில் நீ
வளர்க்கும் தாயாய்,
உடல்நலக்குறைவு என்றால் நீ
படிக்காத மருத்துவராய்,
பொழுதுபோக்கில்லை என்றால் நீ
விளையாட மழலையாய்,
துவண்டு போனவர்களுக்கு நீ
அறிவுரைக்கும் அனுபவசாலியாய்,
இப்படி பல பட்டங்கள் பெற்ற
நீ என்றும் உன்னதமான
மூதா(பா)ட்டி!

- பிரகாஷ்

தாய்க்கு தாய் அவள்

என் தாயின் தாய் அவள் !
எந்தன் தனிமையின் தோழி அவள் !
கண்டிக்கும் நேரம் என் ஆசான் அவள் !
நோயுற்ற நேரம்,
என் மருத்துவமனை அவள் !
தாயிடம் தண்டிக்கப்படும் போது
என் தடுப்பணையும் அவளே !
தாய் அவள் பாசத்தை இருமடங்காய் காட்டி,
பாட்டி அவள் ஊட்டும் !
ஒரு கை சாதத்திற்கு ஈடு ஏது ?

- கவிதை தமிழச்சி

அவள் என !

என் அன்னையின் "அன்னை" யவள் !
என்னை அரவணைக்கும் "தாய்" அவள் !
கைகளால் அன்னம் இடுவாள் !
கன்னத்தில் முத்தமிடுவாள் !
எனக்கு ஒரு கவலை என்றால்
என் விழிகளுக்கு முன்பே
கலங்கி விடுவாள் !
சேட்டைகள் பல செய்தாலும்
செல்லமாக "சிட்டு" என
அழைத்து விடுவாள் !
யாருக்கும் தெரியாமல் எனக்கு
சில்லறையை வாரிவழங்கும்
"களவு வங்கி"யவள் !
கதைகள் பல கூறும்
என் "நூலகம்" அவள் !
அறுசுவையோடு மருத்துவ
குணத்தையும் எனக்கு அளிக்கும்
"மருத்துவச்சி" அவள் !
அறிவுரைகள் பல கூறும்
"ஆசான்" அவள் !
எப்பொழுதும் என் பேரன்பின்
"தலைவி" அவள் !

– யாமினி

ஆற்றுப்படுத்தும் வள்ளல்

"வாழ்க்கையை வாழும் முன்னே
வனப்பாக கதையாய் கூறும் கண்ணே !
கனவிலும் உன் நினைவுகள்தானே !
கண் முன்னும் உன் முகம்தானே !
கதைகளில் பல தத்துவம் சொன்னாய் ,
கற்பனைகள் நிறைந்து சொன்னாய் ,
அன்பு காட்டுவதில் மறுதாயே !
அறிவுரைச் சொல்வதில் மறுத்தந்தையே !
அகிலத்தையும் உன் கதைக்குள் அடக்கிவிட்டாய் !
வானம் போன்ற நீண்ட கதையையும்
வள்ளல் ஆக அள்ளித் தந்தாயே !
உன் சிந்தனையோ நீண்ட
வானத்தையும் எட்டிவிட்டதே !
உன் சிறப்பினை கூற
பா புனைகின்றேன் !
ஆற்றுப்படுத்தும் வள்ளலாக
அகிலத்தில் பாட்டியும்
ஆனந்தமாக துணைநின்றாள் !

- செ. சினேகா

இரண்டாம் குழந்தைப்பருவம்

தலையில் வெள்ளியிலை கொண்டு
அதை கட்டிப்போட
நீ போடும் கொண்டைத்தனி அழகென்றால்,
உன் பேரக்குழந்தைகள் செய்யும்
சேட்டையை மறைக்க
நீ போடும் சண்டைத்தனி அழகு !
எந்தக் கல்லூரியில் நீ பட்டம் பெற்றாயோ ?
உன் பேத்திக்கு வலிக்காமல் சடை போடவும்;
உன் பேரன் செய்த குறும்பிற்கு
உன் பிள்ளையிடம் வக்காலத்து வாங்கவும்,
உன் கன்னத்தில் இருக்கும் சுரங்கங்களும்;
வெகுளித்தனமான அந்த சிரிப்பும்தான்
உன் முதிர்ச்சியின் முத்திரையோ !
என்னதான் உன் வாழ்க்கைப்பயணப் புத்தகத்தில்
இருந்து ஒருசில அத்தியியாங்களை
அறிவுரைகளாகத் தெளித்தாலும் ,
மாத்திரைகளை சாப்பிட அடம்பிடிக்கும் நீயோ
முதிர்ந்த சிறுபிள்ளை தான் !
நாவிற்கு ருசியாக சமைக்கவும் தெரியும் ;
மூலையைக் கசக்கி யோசிக்க
விடுகதைகளையும் கூறத் தெரியும் - நீ
இரண்டாம் குழந்தைப்பருவத்தை அனுபவிப்பது
இங்கு எந்தனைப் பேருக்குத் தெரியும் ?

– ஆ. ப. திவ்யா

அன்பில் தியாகம்

அன்னையின் மறு உருவமாய் !
அக்கறையின் பிறப்பிடமாய் !
அன்பின் ஊன்றுகோலாய் !
என்னை சீராட்டி வளர்த்த பாவையே !
ஒவ்வொரு இரவும் என்னை
கதை சொல்லி உறங்க வைப்பதால் !
துயில் கொள்ளும் முன் நான் கேட்கும்
கடைசி வார்த்தை உன்னுடையதாகிறது !
காலையில் எப்போது விழிப்பேன் என்று
நீ எதிர்பார்த்து காத்திருப்பதால் !
நான் பார்க்கும் முதல் பார்வையும்
உன்னுடைய பூ முகமாகிறது !
அன்னை என்னை அதட்டும் போது
உன் முந்தானையை தந்தாய் !
நான் கோபம் கொள்ளும் வேளையில்
நீ அமைதி காத்தாய் !
நான் சோர்வு கொண்ட போதெல்லாம்
உன் மடியை தந்ததாய் !
உன் இத்தனை தியாகங்களுக்கும்
நான் என்ன செய்யபோகிறேன் ?
தேவதையே ! என் மழலை பருவம் தொடங்கி,
இன்னொருவருக்கு மனைவியாகும் பருவம்
வந்த போதும் கூட, என் மீது நீ கொண்ட
அன்பில் குறையொன்றும் இல்லை !
என்னை யாரிடமும் விட்டுக்கொடுக்காத
உன்னை பாதுகாப்பேன் என்றென்றும்,
என் முதல் குழந்தையாக !
உன் முதுமை முடியும் வரை இல்லை
என் முதுமை முடியும் வர !

- ரேவதி பால்மாணிக்கம்

திகட்டாத கனி அவள்

கேட்டுக்கொண்டே இருக்கிறேன் அவளிடம்
கொஞ்சம் கதை சொல்லு என்று !
அவளும் சலிக்காமல் சொல்கிறாள்
நன்மைகளும் நன்கு புரியும்படி !
வகை வகையாய் ஆக்கிப் போடுவாள்,
வைரம் போல் மின்னுவாள்
அவளின் புன்னகையால் !
சித்தரித்து வைத்து விட்டனர்
பாட்டி என்றால் இப்படித்தான் இருப்பாள் என்று !
ஆனால், அவள் அப்பாற்பட்டவள் !
நடையயிலும் குழந்தைப் போல் தெரிவாள்
ஆனால் மெய்யில் அவள் தான்
நம் பயணத்தில் ஆசானாகிறாள் !

– P. RITHIKA

என் வாழ்வின் ரகசியம் !

என் தாய்க்கு தாயனவளே !
எனக்கும் தாயனவளே !
அன்பின் கவசத்தை கொண்டு
என்னை காப்பவளே !
என் உயிரானவளே !
பேரன்பு உடையவளே
தேன் சொற்கள் கொண்டவளே !
பாசத்தால் தாங்குபவளே !
நெஞ்சில் சுமப்பவளே !
என் கண்ணின் இமயவளே !
வெண்ணிலவின் நிலவே !
உன் அன்பு கலந்த உணவே,
என் ஆரோக்கியத்தின் ரகசியமே !
உன் கதைகளின் வார்த்தைகளே
என் துணிச்சலின் ரகசியமே !
நீ கூறும் கதைகளிலே
என் வாழ்க்கையை நான் அறிந்தேனே !
கருவில் சுமக்காமல்
என்னை உன் நெஞ்சில் சுமப்பவளே !
என் அன்பு பாட்டியே !
உன் அன்பின் முன்னே
அந்த கடவுளும் தோல்வியுற்றாரே !

- மு. ஹர்ஷினி

ஆசை பாட்டியும் அன்பு பரிசும்

பட்டணத்து சிட்டுக்கு
பாட்டியம்மா செல்லமாம் !
பொத்தி பொத்தி வளர்த்தாலும்
புத்திசாலியா வளர்த்தாளாம் !
சுட்டி குழந்தையா நானும்
அங்கே ஓயாம ஓடிக்கிட்டு
உன்னையும் தா (ன்) ஓடவச்சேன் !
தப்பு ஒன்னு செஞ்சுபுட்டா
தத்ரூபமா திருத்திடுவா !
அவ சொல்லும் அறிவுரையெல்லாம்
அணுவளவும் கேக்க மாட்டேன் !
காலம் கடந்த பின்னே தா (ன்)
அதுவும் எனக்கு புரிஞ்சுது !
அன்பான அறிவுரையும்
அழுப்பா தான் இருக்கும்னு !
நீ வைக்கும் கோழிக்குழம்புக்கு
என் நாக்கு தா (ன்) அடிமையாச்சு !
வாரம் வரும் விடுமுறையில
உன பாக்க வந்திடுவேன் !
உன பாக்க வந்திடவே
வாரமெல்லா காத்திருப்பேன் !
காய்ச்சலுனு வந்துபுட்டா
கசாயம் வச்சு குணப்படுத்திடுவா !
வைத்தியர பாத்ததில்ல
நீ என் கூட இருந்த வரைக்கும் !
வாத்தியாரு சொன்ன பாடமெல்லா
வகுப்பரையிலே முடிஞ்சு போச்சு,
நீ சொல்லு பாடமட்டும்
வாழ்க்க முழுக்க நிலைச்சுருக்கு !

- பூ. நிவாஸ்

கசந்திடாத நெல்லிக்கனி

என் கரம் பிடித்து நடப்பாள்,
பாதை தவறினால் பிடித்திழுப்பாள் !
பார்வை மங்கினாலும் ,
எனை ரசிக்க மறந்ததில்லை !
அம்மா என்று அழைத்ததில்லை,
இருந்தாலும் என் மனதில் அந்த
ஸ்தானத்தை அவள் இழந்ததில்லை !
மடியில் படுத்து கண்ட
காட்சிகள் பல இருக்க,
அவள் கொடுக்கும் ஒருவாய்
சோற்றுக்கு மனம் ஏங்கிடும்
பாசம் பொங்க ஊட்டியதனால் !
அடி பட்டால் துடித்திடுவாள்,
அடம் பிடித்தால் அடித்திடுவாள் !
கருவில் ஏந்தாவிட்டலும்,
மனதில் சுமந்திடுவாள்
அவள் கடைசி மூச்சு வரை !

- ர. க. விஷ்ணுப்பிரியா

சுறுக்குப்பை

இவன் கருவறை விட்டு வெளியேவர
கால்கடுக்க காத்திருப்பாள்,
இவன் முதல் முதலாய் கேட்ட பாடல்
அவள் இசைத்துப்பாடிய ஆராரிரோ !
பள்ளி சென்று திரும்பும் இவன்,
புத்தகப்பை வாங்க காத்திருப்பாள் !
திகட்டாத பல கதைகளை அன்பாய்,
அழகாய் எடுத்துரைப்பாள் !
அவள் *சுருக்குப்பையில்* முடிந்துவைத்த
இரண்டனா இவன் வாழ்வின் சொத்து என்பாள் !
வயதிலே, முதிர்ந்தாலும் ஆசைகளுக்கு,
அளவுகோல் கொடுக்கமாட்டாள் !
அனுபவத்தை விதையாகத் தெளிப்பாள்,
சிறுபிள்ளைபோல் சேட்டை செய்து,
எல்லோர் மனதிலும் இடம்பிடிப்பாள் !
தோள் சுருங்கினாலும்,
அவள் கணீர்குரலால் காற்றை எச்சரிப்பாள் !
கட்டுப்பாடுகள் விதித்து,
கண்ணியம் கற்றுத்தந்த இவள்,
இன்று காற்றின் கைகளோடு
நடைபழக வைத்துவிட்டாள் !

- ஈஸ்வர்

முத்து மூதாட்டி

உன் சேலையைத் தொட்டிலாக்கி
உறங்கிய என் காலங்கள்!
வெந்நீரில் பக்குவமாய்
நீராட்டிய பொன் தருணங்கள் !
என் பால் பல்லின் பாட்டுக்கு
நடனம் ஆடிய உன் கைகள் !
விளையாட்டுக் காட்டச் சொன்னால்
விளையாட்டுப் பிள்ளையாவாய் !
வாரம் தோறும் நீ தந்த வேப்பிலைச் சாறு
கசப்போடு பாசத்தையும் சேர்த்தே ஊட்டியது !
மாலையின் மயக்கத்தில் உன் கதைகள்
கற்பனையின் உச்சக்கட்டம் !
முந்தியில் நீ முடிந்த ஒற்றை ரூபாய்க்கூட
ஒன்றரை பக்கக் கதைச் சொல்லும்
என் தாயின் தாயே !
நீ தந்த அரவணைப்பு
நானே தாயானாலும் நினைவுகளோ நீங்காதம்மா !
நிலவின் மடியில் நீ ஊட்டிய நிலாச் சோறு
நித்தமும் நினைவுகளாய் !
என் பருவத்தில் பக்குவமாய்
நீ தந்த பொன்மொழிகள்
கரையாது என் நெஞ்சில் படிந்தேக் கிடக்கிறது !
சுருங்கிய கன்னத்தில்
சுட்டெரிக்கும் உன் சிரிப்பு !

அரை நொடியும் தாங்காது
மாயமாகும் உன் முறைப்பு !
உன் மடியின் மந்திரத்தில்
மனவலிகளோ மாயமாகும் !
நானோ உன் குழந்தையின் குழந்தை
உனக்கோ நாங்கள் இருவருமே குழந்தை
என் இனிய முதுநெல்லியே !
உன் தலை மயிர் போலே
உன் மனமும் வெள்ளை தானோ ?
நீ இல்லா இந்நிமிடம்
கண் மூட, வரும் கண்ணீர் துளியே
உன் பாசத்திற்கு என் சாட்சி !

- ஷாரிகா. தே

வயதில் மூத்தவள் !

பக்குவமாய் அறிவுரை கூறி வளர்பவள் !
பினி தீண்டா பண்டங்கள் அளிப்பவள் !
சுகமாய் கதை சொல்பவள் !
அறியாமையை பேச்சினைக் கொண்டு
அனைவரையும் கவர்ந்தவள் !
மனதில் நினைப்பதை
செய்கையில் உணர்த்துபவள் !
என் வம்சத்தின் விருட்சமும் அவள் !

— A. NARMADHA

ஆலும் வேலும் பாட்டியின் சொல்லும்

ஆலும் வேலும் பல்லுக்கு உறுதி போல்
இவர்களின் சொல்லும் வாழ்க்கைக்கு உறுதி !
பந்த பரிமாற்றத்தின் சாமர்த்தியம் அறியாதோர்,
அடிவேரின் தாட்பரியம் அறிவர் !
உலகில் சிறந்த செல்வம் செவிச்செல்வம் என்பர்,
அவர்களின் காணொலி கண்டவரெல்லாம்
மேன்பட்டவர் ஆவார்.
நீண்ட ஆயுள் தரும் நெல்லிக்கனியாய்
வாழ்வினைக்கு ஆனி வேர் ஊன்றி
ஞாலந்தோறும் உரையாற்றி
பனை வெல்லமாய் பெருகி
தெளியா நிலையினைத் தெளியச் செய்து
உகலளாவியல் அறியப்பட்டு
முயற்சிதனில் ரௌதிரத்தைப் பெருக்கி
வாய்மொழிதனில் ஆளச்செய்து
அன்பெனும் ஆழியில் உருவெடுத்து
நற்சுவை புகட்டி
செந்நிலத்தைச் செல்வநிலமாய் ஆக்கி
ஆகச் சிறந்த படைப்பாய் செதுக்கி
துணிச்சலைப் புகட்டி
பழமையினில் புதுமைத் துளைத்து
பாசத்தினால் ஏவப்பட்டு
பண்பினால் எய்தச் செய்து
சொக்க வைத்துக் கூறிய கற்பனனக் காவியம்
எல்லாம் எங்கனம் கேட்டறிவதோ ?
காலங்கடந்து பயணிக்கும் பாட்டிமார்களுக்கு
நம்மால் கொடுக்கப்படுபவை அவர்களோடு
சில்லறையாக செலவிடப்படும்
நம் நாழிகைகள் மட்டுமே !

- ப. ஹரிணி

பாட்டி சொன்ன பக்குவம்

நெல்லியக் கனியாய் சொல்லித்தந்த ஆத்தாள் !
வாலிபனுக்கும் மூளை வரும்
ஆத்தா சொல்லைக் கேட்டால் !
காற்றை காட்டி வார்த்தை சொன்னால்
சமத்துவம் அதுதான் என்று !
மழையைக் காட்டி கருத்தை சொன்னால்
வள்ளல் அதுதான் என்று !
தீயைக் காட்டி புரிய வைப்பாள்
இளமை அதுதான் என்று !
நிலவை காட்டி அவளும் சொன்னால்
முதுமை அதுதான் என்று !
உயிர்கள் வாழும் பூமியில்
ஒற்றுமை வேண்டும் என்றாள் !
சூதுவாது தெரியாமல்
வாழாதே என்று சொன்னாள் !
வரவு செலவு அறியாமல்
நீ தலைவன் இல்லை என்றாள் !
சுருக்குப் பையை காட்டிக் காட்டி
சேமிப்பின் பயனைச் சொன்னாள் !

தூங்கி வழியும் பொம்பளையை
சோம்பேறி கண்கள் என்றாள் !
தூங்காது உழைக்கும் ஆம்பளைக்கு
துக்கம் ஒன்று சொன்னாள் !
குமரிப் பெண்கள் போடும் நடையை
அன்னப்பறவைகள் என்றாள் !

குமரன் செய்த காதலுக்கு
வேகாது பருப்பென்று சொன்னாள் !
பாட்டி சொல்லும் வைத்தியம் எல்லாம்
உள்ளங்கையில் நெல்லிக்கனி !
அனுபவம் வாய்ந்த வாழ்க்கை பயணம்
அதில்தான் இவள் முதுமை கனி !
மூங்கிலாய் நின்ற முதுகு
கூன் விழுந்து போயிடிணும் !
கரும்பைப் போல் இருந்த தோல்கள்
சுருங்கி நூலாய் ஆயிடிணும் !
ஒரு நாளும் உழைக்கத் தவறியதில்லை
இந்த கிராமத்து பசு !

- சு. சிவனேஸ்வரன்

வேம்பின் இனிமை

வேம்பின் இயல்பு கசப்பே;
மருந்ததுவே நஞ்சுக்கு; விருந்தல்லவோ நமக்கே !
தத்துவங்களை திகட்டாமல்,
தட்டிக் கொடுக்கும் அன்புள்ளமே !
தாத்தா, பாட்டி
தரணியில் கிடைத்த தவப்புதல்வர்களே !
வேடந்தாங்கல் என்பதே! எங்கள் இல்லமே !
என்பதே மூத்தோர் கூற்றே !

ஆச்சியின் அன்பில் அகிலமும்
ஆட்டி படைக்கலாமே;
தாத்தாவின் கைப்பிடி காட்டிடுமே உலகத்தையே;
இதிகாசகங்கள் தோற்றுப்போகுமே
இவர்கள் முன்பு !
இருந்தும் மறுக்கிறோம் வார்த்தைகளையே !
உதிரும் சருகு என்றும் உரமே;
சருகும் தளிராய் இருந்ததன்றோ !
அழகை ரசித்ததன்றோ, ஆபத்தை எதிர்த்ததன்றோ,
பட்ட மரமாய், பக்குவமாய்
பாதை வகுப்பாரே !
போராடி வென்ற பெற்றோரே !
போரிடும் முறையும் தெரியுமே !
வாக்கினிமையும், வாய்மையும்
வாய்த்த நல்லுள்ளமே, வரமே நீரே !

- மஞ்சு. இ

என் விழி திறக்கும் போது
நான் பார்த்த முகம் நீ

தாய்க்கு நிகரானவள் நீ !
என் தாயைப் பெற்றெடுத்த குலதெய்வம் நீ !
என் தாயை தான் பெற்றெடுத்தாய்
ஆனால், அவளுக்கு கொடுத்த அனைத்து
அன்பு, பாசம், பாதுகாப்பு, அரவணைப்பு,
அத்துணையும் விட !
எனக்கு அதிகமாய் காட்டினாய் நீ !
ஏன் இப்படி வர்ணிக்கிறேன் என்றால்
என் தாயை பெற்று எடுத்தால்
அவளை வளர்த்து அதில் அவளுக்கு
பள்ளி, கல்லூரி, என்று அனைத்தையும் கொடுத்து,
இறுதியில் அவளை மூன்று முற்று புள்ளி
ஒரு ஆச்சரியக்குறி என்னும் தத்துவத்தை
பதித்து வாழ்க்கையை தந்தாய் !
அதில் நான் உயிர்ப் பித்தேன்
பின்னர் நான் விழித்தப் போது
என் கண்கள் பார்த்த முகம் தான் நீ.
எல்லாரும் பிறக்கும் போது
தாய் முகம் காணும் தருணத்தில்
நான் உன் முகம் பார்த்தேன்.
எனவே தான் முதலில் கூறினேன்
நீ என் தாய்க்கு நிகரானவள் என்று !

- சந்தீப் கணேசன்
இனிக்கும் நெல்லி

தாயால் இப்பூவுலகில் நான் கால் பதித்தாலும்
கண் திறந்து காண்கின்ற முதல் கடவுளாய்
நீங்கள் இருக்கிறீர் !
பத்து மாதம் சுமந்தவள் என் தாயானாள்
தாயையும், சேயையையும் பத்திரமாக
பாதுகாத்த பாட்டி நீயே !
தவழும் வயதிலும், தடுமாறி நடக்கும் வயதிலும்
வினாடியும் விடைபெறாமல்
என் அருகிலேயே வீற்றுள்ளீர் !
என் வீட்டில் இருந்த நாட்களை விட
உங்கள் வீட்டில் இருந்த நாட்களே அதிகம்
என நாள்காட்டியை பார்க்கும்போதே உணர்கிறேன்.
அனுதினமும் நான் செய்யும்
கசப்பான குறும்புகளையும்
கரும்புபோல இனிமையாக ஏற்கிறீர் !
இளைஞனான பிறகும் இளைப்பாறுவதற்கு
உங்கள் மடியில் உறங்கினாலும்
சிறுவயதில் படுத்துறங்கும் தொட்டிலை போல
உள்ளது பாட்டி !
முதுமையிலும் முயற்சி என்பதை
முடியாது என்று கூறும்
இம்மூடனுக்கு உணர்த்துகிறீர் !
அனுதினமும் பண்பையும, பக்குவத்தையும்,
பாசத்தையும் தன் அன்பினால் ஒருசேர ஊட்டி
வளர்த்தவளே என் பாட்டி ஆவீர் !
தன்னை நிழலாக்கி என் வாழ்வை நிஜமாக்க
அன்றாடமும் எனக்காகவே வாழ்கிறீர் !
இப்பூவலகிலிருந்து உதிர்ந்த பூக்களாய் நீங்கள்
மறைந்தாலும், நீங்கள் பூப்போல சிரித்த புன்னகை
ஒன்றே போதும் !
புன்பட்ட என் நெஞ்சையும் புதிதாய் மாற்ற.

- கா. பிரவீன்குமார்

பாட்டிச் சொல்லித் தந்தப் பாடம்

சோதனைகள் பலக் கடந்து
நீ சாதனைகள் படைத்தாய்
அதை நீயே எனக்குப்
போதனையாய் உரைத்தாய் !
நீ கூறினாய் பலக் கதைகள்
அது ஒவ்வொன்றும்
நல்லறத்தின் விதைகள் !
உன் நரைமுடி சொல்கிறது
கடினமாக உழைத்தால்
வெண்மையான வாழ்க்கை கிடைக்கும் என்று
உன் சுருக்கங்கள் கூறுகிறது
வாழ்க்கை என்னும் பாதையில்
ஆயிரம் மேடுப் பள்ளங்கள் இருக்கும் என்று
இறுதியில் உன் நிழல்
இங்கு இல்லை என்றால் என்ன
உன் நினைவுகள் இருக்கிறது
என்னை நன்னெறி படுத்த !

- ஸ்ரீராம்பாபு

வீட்டின் மூத்த குழந்தை

கதைகள் ஆயிரம் உண்டு,
இவள் சொல்லிய கதையில்
மனதைத்தொடும் வேறு ஏதோ
ஒன்று உண்டு !
உடல் நலத்துக்கு பணம் கொடுத்தால்
ஆயிரம் மருந்துகள் உண்டு
உடல் மனம் இவ்விரண்டுக்கும்
இவள் காட்டும் அன்பு ஒன்றுதான்
மருந்தாய் இவ்வுலகில் உண்டு !
ஆயிரம் வங்கிகள் உண்டு
இருப்பினும் இவளுடைய சுருக்குப் பையில்
இருக்கும் பணத்துக்கு
ஆயிரம் சிறப்புகள் உண்டு
இவளை அனைவரும் கிழவி
என்று சொல்லுவது உண்டு
எனினும் இவளை வீட்டின்
மூத்த குழந்தையாக பார்ப்பதே
என் வழக்கத்தில் உண்டு

- பத்மப்பிரியா

நீயே நிறைவாய்

அதட்டல் ஏதும் கண்டேனில்லை – நீயே
அன்பொன்றே அரணாய் விதைத்தாய்.

தூற்றுதல் ஏதும் கண்டேனில்லை – நீயே
போற்றுதலொன்றே பொன்னென உரைத்தாய்.

கெடுமதி ஏதும் கண்டேனில்லை – நீயே
நன்மதியொன்றே நன்மைதரும் என்றாய்.

அச்சம் ஏதும் கண்டேனில்லை – நீயே
சிந்தையொன்றே சீராக்கும் தீரம் என்றாய்.

பகட்டு ஏதும் கண்டேனில்லை – நீயே
பண்பொன்றே பலமுற்றபாதை என்றாய்.

துன்பம் ஏதும் கண்டேனில்லை – நீயே
இன்பமொன்றே ஈடுசேரும் இடமுரைத்தாய்.

பற்று கொண்டு, செப்பு உடைத்து,
அகம் துறந்து, செரு கலைந்து,
செயலாற்றுவாய் செம்மையாக – நீடும்
மொழியில் நீயே நிறைந்தாய் !

- சக்திவேல் மாரியப்பன்

நினைவு எல்லாம் நீயே

என்னை பெற்றெடுக்காத நீ,
உன் பிள்ளைப் போல வளர்த்து,
உறவுக்கு அடையாளம் காட்டி,
ஆயுளுக்கு ஆரோக்கியம் தந்து,
சிந்தனைக்கு உரம் போட்டு,
ஆசைப் பட்டதை செய்து கொடுத்து,
அருமையான கதைகள் சொல்லி,
காய்ச்சல் வந்தால் கசாயம் தந்து,
இயற்கை மருந்து பல கொடுத்து,
எளிமை வாழ்வில் நீ இருந்தும்,
என்னை உயர வைக்க படிக்க வைத்து,
காசு பணத்தை செலவு செய்து,
நான் இருக்கேன் உனக்கு,
என ஆருதல் வார்த்தை ஆயிரம் சொல்லி,
என்னை அனாதையாக விட்டு
இறந்து கிடக்கிறாள்,
உடன் இருந்த என் பாட்டி !

- நாமக்கல் செந்தில்

பாட்டி சொல்லை தட்டாதே

சுருக்கம் விழுந்த
கன்னக்குழியிலும் சுருக்குப்பையிலும்
ஒளிந்துக் கிடக்குது
ஆயிரம் அறிவுரை
அறிவுரையோ ? அக்கறையோ ?

நித்திரைக் கொள்ளும் வேளையில்
நித்தம் ஒரு கதை சொல்லு ஆத்தா,
நீதிக்கும் நேர்மைக்கும்
அது வித்தாகும் என் செல்ல ஆத்தா !

கந்தல் சேலையின்
முந்தியிலும் கொசுவத்திலும்
முடிஞ்சுக் கிடக்குது
ஆயிரம் அறிவுரை
அறிவுரையோ ? அரவணைப்போ ?

கைப்பிடித்து சாலையில் நடக்கையில்
கடந்த உன் வாழ்க்கையை சொல்லு ஆத்தா,
கடக்கவிருக்கும் என் வாழ்க்கைக்கு
அது கசக்காதே என் செல்ல ஆத்தா !

குடிசை வீட்டு
திண்ணையிலும் கூரையிலும்
கொட்டிக் கிடக்குது
ஆயிரம் அறிவுரை
அறிவுரையோ ? அன்போ ?

தப்பு செய்தா திட்டி
திருத்த வழி சொல்லு ஆத்தா,
திருத்தமாக நான் வாழ
அது அன்பான வழி என் செல்ல ஆத்தா !
ஆண்டுகள் பல கழித்து
ஆத்தா உன்னை நினைக்கையில்
அடி மனசு கனக்குதே !

ஆத்தா நீ போட்ட
விதை (அறிவுரை) எல்லாம்
விருச்சமாய் (நல்லொழுக்கம்) மாறிவிட்டது
என் வீட்டுக் கொல்லையிலும்
என் வாழ்க்கை கொள்கையிலும்

- நந்தினி

மூத்தோர் சொல் வார்த்தை அமிர்தம்

பாட்டி சொன்னாள்
பெரியோரை மதித்திடு
பெற்றோர் சொல் கேட்டிடு
நகத்தைக் கடிக்காதே
நீரால் கோலம் போடாதே
காலாட்டாதே
தலையை விரித்துப் போடாதே
விளக்கேற்றியபின்
வெளியில் எப்பொருளும் கொடுக்காதே
போன்ற இறிவுரைகள் தினமும்
அள்ளி வழங்கிடப்பெரியோர்கள் உண்டு
நெல்லிக்காயின் முதல் சுவை துவர்ப்பாக
இருக்கும் பின்னர் அதன் சுவை
நீர் அருந்தினால் இனிப்பது போன்று
பெரியோர்களின் அறிவுரை முதலில்
துவர்ப்பாகவும் புளிப்பாகவும் இருந்தே
முன்னர் நற்பயனைத்தரும் !

மதியத்தில் தூங்காதே
தலையில் கை வைக்காதே
புறஞ்சொல்லாதே; பொய்பேசாதே
கோள்மூட்டாதே; சண்டையிடாதே
சதிக்கு இரையாகாதே
என்ற இதைப் போன்ற
பொன்மொழிகளைப் பற்றிக்கேட்டிடும்
பொழுது நல்லதொரு எதிர்காலம்
நமக்கு உருவாக நாம் இதையெல்லாம்
கடந்துவரவேண்டும்
கடந்து வந்தால் வென்றிடலாம் !
பெரியோர்கள் நமக்கு முது மொழிக்களஞ்சியம்

முத்தான சொல்லை சத்தான
வகையில் அள்ளித்தர வந்த
அருமையின் பிறப்பிடம்
கடமைகளை உணர்ந்திட
கருத்தாய் வந்த காலங்களை
நாம் என்றென்றும் போற்றிடவே
நல்லவழி உண்டுங்கு
நமக்கான தனி வழியே
உள்ளங்களை இணைத்திட
உயர்வுக்குச்சென்றிட
நமக்கு நாமே எல்லாமுமாக
இருந்து முன்னோரைக் காத்து
முது மொழி போற்றி
நலமாக வாழ்ந்திட
நல்வாழ்வு பெற்றுய்வோம்
பாரினில் உயர்வோம்
பரவசம் கொள்வோம் !

– சு. நாகவள்ளி

தாயுமானவளே

அம்மாவின் பிரம்படிக்குப் பயந்து
உன் முதுகின் பின்னால்
ஒளிந்த நாட்கள் எத்தனையோ !
ஒரு தாயாய் என் அம்மாவிடம்
உனக்கிருந்த கண்டிப்பு
ஒரு பாட்டியாய் என்னிடம் பக்குவப்பட்டுவிட்டது !

சீரகமிட்டாய், நிலக்கடலைப் பருப்பு,
கடலைமிட்டாய், நெல்லிக்காய்,
என நீ விற்கும் தின்பண்டங்களை
நீ அறிந்திருக்கமாட்டாய்,
என்றெண்ணி கள்ளத்தனமாய்
திருடித் தின்று சுவைத்திருக்கிறேன் !
நமட்டுச் சிரிப்போடு
என் திருட்டுத்தனத்தை
நீ கள்ளத்தனமாய்
ரசிப்பாய் என்பதனை அறியாமல்.

தின்பண்டம் இல்லா காலத்தில்
வறுத்த அரிசியை சூடாய்
முறத்தில் கொட்டிப் போடுவாய்...
ஆவலாய் நான் கைகளில் அள்ள...
சூடு தாங்காமல் கதறவும்
சிவந்த என் கைகளைப் பார்த்து
உன் கண்கள் சிவந்ததை
நான் கண்டதுண்டு !

நீ அம்மி அரைக்கையிலே
பின்னாலிருந்து ஓடி வந்து

உன் கழுத்தை இறுகப்பற்றி
முதுகில் தொங்கிக் கொள்வேன்...
சுகமான சுமையாய்
என்னையும் சேர்த்து
குழவிப் பிடித்து நீ அம்மி
அரைக்கும் ஓசை
இன்னும் என் செவிகளில் கானமாய் !

அவள் செந்தமிழ் தேன் மொழியாள் !
நிலாவென சிரிக்கும் மலர்க்கொடியாள் !
என நீ அடிக்கடி முணுமுணுக்கும் பாடலே
எந்தன் தேசிய கீதமாகிறது !

நீ உறங்கிக் கொண்டிருக்கிறாய் போலும்
என்றெண்ணி உன் முந்தியில் முடித்து
வைத்திருக்கும் சில்லறையை
சத்தமின்றி அவிழ்த்து எடுத்திருக்கிறேன்;
நான் எடுக்க வேண்டுமென்றே
நீ சில்லறை முடிப்பாய்
என்பதை அறியாமல் !

தலை இல்லா பூதம் !
ஒற்றைக் கண் கோமாளி, என
நான் உறங்குவதற்காக
அச்சுறுத்தும் உன் கதைகளின்றி
என் இரவு உறக்கங்கள் இருந்ததில்லை !

உனை கட்டியணைத்து
கண்களை இறுக மூடி,
உன் சேலைத் தலைப்பை
என் கைகளுக்குள் பொத்திவைத்து
நான் உறங்காத நாட்களே இல்லை !

நீ அடிக்கடி பயன்படுத்திய
ஜமக்காளம் பவுண்டன்
காத்தாடி போன்ற வார்த்தைகளை
எந்த அகராதியிலும்
இன்னும் நான் கண்டதில்லை !

என்றாவதொருநாள் நான் அதிகாலை
துயில் களைய வேண்டும் என்றால்
என் அலாரமாக இருப்பவளும் நீ !

நீ கடையும் பருப்பு,
கோதுமையில் சுடும் ரொட்ட,
எண்ணெயில் பொறித்தெடுக்கும் பருப்பு வடை,
காய்ந்த கருவாட்டுக் குழம்பு,
இத்தனை வருடங்களில்
இந்த சுவைகளை விட
வேறெந்த உணவும் எனக்கு ருசித்ததில்லை !

உன்னை கவிதைக்குள் அடக்கிவிட முடியாது
எழுதி கொண்டே போனால்
காவியமாய் உருவெடுப்பாய் !

என் தாயுமானவளே
உன் கதைகள் இன்றி
என் இரவுகள் பகலாகின்றது !
நீயின்றி என் பகல்கள்
இரவாகின்றது !

- மு. துர்கா தேவி

அப்பத்தாவின் அன்பு!

ஆலமரத்து நிழலில் அமர்ந்து கொண்டு
அனைத்தும் கவனிப்பாள்.
சிறு தவறேனும் செய்துவிட்டால்
பழமொழி கூறியே தண்டனைக் கொடுப்பாள்.
இருப்பினும் பாசம் என்றும் குறையாது !

அவளே வீட்டின் முதல் குழந்தை !
மருத்துவத்தில் சிறந்தவள் !
அதிகார ராணி; அனுபவத்தின் ஏணி !
மிகப் பெரிய நூலகம் அவள்
அவள் படிக்காத மேதை !
பள்ளிக் கல்லூரிக்கு சென்றதில்லை
ஆனால் அவள் பெற்று பட்டங்களோ ஏராளம் !

அவளின் அறிவுரைகள் சிந்தனைகள்
அனைத்திலும் பெரிது.
அவள் வாழும் காலத்தில் இருந்த
வேதனைகள் சோதனைகள்
கால சூழ்நிலைகள் என
அனைத்தையும் வென்றவள்...

அவளின் அன்பு பன்னாடு கடந்தாலும்
என்றுமே மாறாது.
அவள் காட்டும் அன்பிற்கு

நிகர் உலகில் எவரும் இலர்.
அன்னை அடித்தால்
அவளே அன்னையாவாள்.
அழும் என்னை ஆசுவாசப்படுத்தி
சிரிப்படையச் செய்வாள் !

என்னுடன் குழந்தையாகி விளையாடுவாள்.
நான் அறியா பல கதைகளை கூறிடுவாள்.
அவள் கதை சொல்லும் அழகிற்கு
அழகே வெட்கப்படும்.
அவள் அழகில் மயங்கி தோற்றுப் போகும் !

நெல்லிக்கனி எப்படி
முதலில் கசக்கும் பிறகு இனிக்கும்
அது போல தான் அப்பத்தாவும்
அவள் கூறும் அறிவுரைகளும் போதனைகளும்
முதலில் கசக்கும் பிறகு இனிக்கும் !

அப்பத்தா இல்லாத வீடு
ஒரு நூலகமே எரிந்து போனதற்கு சமம்
அவளுள் உலகமே அடங்கி இருக்கும்.
அப்பத்தா இறைவன் கொடுத்த வரம் !
அவளே மகிழ்ச்சிக் கடல்
அதில் அவள் பாசம் கடல் அலை
எப்பொழுதும் என் உள்ளத்தை
நனைத்துக் கொண்டே இருக்கும் !

- கவிஞர். ர.ரமேஷ்

என் இனிய மூத்தவளே !

என் இனிய மூத்தவளே !
பல பதியாண்டு பார்த்தவளே !
கண்ணுச் சிறுத்தவளே !
பட்டறிவு பெருத்தவளே !
புகர்ப்பல் நகையழகே !
இன்னாசொல் முகமழகே !
இரவுக்கிளி முறித்தவளே !
காலைப்பசி அடைத்தவளே !
கிளவிமொழி பேசியவளே !
அழகு தமிழ் நல்கியவளே !
அருவி பாசம் ஊட்டினவளே !
புகையூதிப் பழுத்தவளே !
சிகையயழகு வெளுத்தவளே !
பலகாரக் களஞ்சியமே !
பலதானியத் திரவியமே !
வளவிக்கடியில கிழவிமடியில
தலவச்சுக் கிடக்கையில
சுகம்சொல்லத் தேவையில்ல!
செம்மலே! அமுதே! பலிதைப் பவுனே !
முதுமேதை கிழத்தியுனையே
அகம் வைத்துப் போற்றுவேனே !
உன் இளைய மாங்கனியே!

- அழகு நாச்சியார்

என் கிழவியின் பாசம்

பிஞ்சு மனதில்
நஞ்சு ஏதும் விளையாமலிருக்க ,
கதைகள் பல சொல்லி,
எச்சரிக்கை செய்வதில் அவள் பெரும் ஞானி என்பேன் !
அவள் முந்தானைக்கு இணை,
இன்றளவும் இல்லை !

வாழ்க்கை என்னும் என் தோட்டத்தில்
பாசம் என்னும் பயிர்கள் விதைத்து,
அறுவடை என்பதை எதிர்பாராத
விவசாய குடிமகள் அவள் என்பேன் !

எழுத படிக்க அவள் அறிந்ததில்லை,
ஆனால் அவள் சொல்லி கொடுத்த பாடங்கள்
முதுகலையிலும் கூட இல்லை !

அவள் முந்தானையில்
முடிந்திருக்கும் எட்டணா காசுக்கும்
எனக்கும் பெருந்தொடர்பு உள்ளதை
நான் அறிவேன்;
எனக்காகவே சேர்த்து வைத்த அந்த காசில்
மிட்டாய்கள் வாங்கி தருவாள்;
அதை அம்மா அப்பாவிடம் அவளே மறைப்பாள் !

எனக்கு சோறு ஊட்ட
அவள் கைகள் தயங்கியதில்லை;
உடல் சோர்வில் நான் கிடக்கையில்
அவள் மடி தந்திடவும் மறந்ததில்லை !

உடல் சோர்வு இன்னும் கூட உண்டு;
தீர்பதற்கு அவள் இங்கில்லை !
மனக்கோவில் ஒன்று செய்வேன் !
அதில் அவளையே தேவி என்பேன் !

- ச. பரணிதரன்

**நெடுந்தூர தொலைவில்,
பாட்டியின் அன்பலையில் !**

இப்போதெல்லாம் எனக்கு
பாட்டி (ஆச்சி) யின் நியாபகம்
அடிக்கடி வருகிறது !

கொஞ்சம் எங்களிடம் அன்புக்காக
எங்களது சிறு புன்னகைக்காக
ஜீவனுக்குள் பாசத்தின் ஜென்மத்தைப்
பதுக்கி வைத்திருந்த பாட்டி !

எனக்குத் தெரிந்து
பாட்டியின் நெடும் பயண நேரமே
ஏலமலைத் தோட்டத்திற்கும்,
சமையலறைக்கும்
இடைப்பட்ட தூரம் தான் !

ஏலமலைத் தோட்டத்தில்
நெடுநாள் குளிருக்கிடையில்
பதியனிடப்பட்டு ஏல பயிரானது தான்
அவள் முதுமை !

சருகுகள் பொறுக்குவதிலும்
களை கவ்வாத்து எடுப்பதிலும்
சுள்ளிகள் சேகரிப்பதிலும்
ஏல செடிகளுக்கு
மருந்து தெளிப்பதுமாய்
அவள் வருடங்கள் முழுவதுமே
இடுக்கியின் ஏலமலை
மண்ணுக்காய் மண்ணாகிப் போனது !

ஏலமலைத் தோட்டத்திற்கு செல்ல
பேருந்தின் வழித்தடத்தையும்
பேருந்து வரும் நேரத்தை பார்த்தே
முடிந்துபோகும் காலைகள் !

சமையல் கட்டில்,
விறகுக் கூட்டில்,
ஏலக் காட்டில் !
இப்படியே மங்கிப் போகும்
மாலைப் பொழுதுகள் !

மண்ணெண்ணெய் விளக்கு வெளிச்சத்தில்
இரவு நேர ரீங்கார வண்டுகளை
விரட்டி விரட்டி, பசியாறுவதிலேயே
முடிந்து போகும் இரவுகள் !

நினைவிருக்கிறது.
சின்னவயதில் எனக்கு
ஆசையாய் முறுக்கு தந்து
என்னைத் தழுவும் போதெல்லாம்
வழியும் வெற்றிலைக் கறையை கண்டு
ஆரவாரமின்றி இரசித்திருக்கிறேன் !

இப்போதெல்லாம் சாப்பிட்டாயா ?
என்று கேட்கும் பாட்டி (ஆச்சி) யின் குரல்
அவ்வப்போது எதிரொலிக்கும்
ஆழ்மனதின் ஏதோ ஒரு எல்லையிலிருந்து !

பாட்டியிடம் சாப்பிட்டாயா என்று
பாசத்தோடு ஒரே ஒருமுறை
கேட்கத் தோன்றுகிறது !
ஆனால், அந்த அன்பு(அம்பிகா) சீமாட்டி
கேட்கும் தொலைவில் இல்லை !

கால ஓட்டத்தில் ஏதேதோ மாற்றங்கள்
மண் சட்டிகள்,
விறகு அடுப்புகள்,
மண்ணெண்ணெய் விளக்குகள்,
எல்லாம், எல்லாம் இறந்து விட்டன.
என் பாட்டி(ஆச்சி)யும் !
ஆனால் அவளின் வாக்கும், அன்பும்
என்றும் எனக்கு முது(நெல்லி)மொழி !

- கவியருவி பா. சரவணன்

பாட்டியின் பெருமை

கண் மூடும் தருணத்திலும்
என் இமை மூட கதை கூறியவள்
சோகங்கள் சூழும் போது
என்னை அன்பால் அரவணைத்தவள்
அறிவுரை கூறி எனக்கு சக்தி கொடுத்தவள்
நான் பசியால் நின்ற போது
உன் கைபக்குவம் நாவில் விளையாடும்
உன் பாசம் பல்லாயிரம் ஆண்டு வாழும்
பூமி இருக்கும் வரை என் வாரிசுகள் நெஞ்சிலும்

- த. அருணா

ஏழைக்கிழவி

சுருங்கிய தேகத்தின்
நரைத்த ரோமங்களும்
சற்றே பாதம் பட்டாலும்
தாங்காத வெயிலின் தாகத்தில்
தவிர்க்க முடியா நிலையிலும்
என்னழுகை நீ உணர்ந்து
எனக்கு தாலாட்டு பாடிவிட்டு
என் சிரிப்பில் உன் உலகம் கண்டாயோ
என் ஏழைக்கிழவி!

- உன் சிரிப்பில் நான்

நெல்லிக்கனியாய் இனித்ததே!

அடித்து மிரட்டி, அன்பைக்காட்டி !
இழுத்துப் பிடித்து, இன்னமுதூட்டி !
கதையென்ற பெயரில் கலாச்சாரம் புகட்டி !
தள்ளாடும் இடையில் தாமரையாய் தாங்கி !
சுருங்கிய கன்னத்தில் மென்முத்தம் வாங்கி !
மதிமுகம் காண மாலைவரை ஏங்கி !
அம்மாவின் அடியை முந்தியில் மறைத்து !
நெருக்கு தீனிகளை நெகிழ்ச்சியாய் அளித்து !
கடுமையான கட்டுப்பாடுகள் கட்டளையாய்
விதித்த அம்மூதாட்டியின் வேதங்கள் தாம் !

நெல்லிக்கனியாய் இனித்ததே ஆண்டு பல கடந்து
திரும்பிப் பார்த்த அவர் பெயரன் பெயர்த்திகளுக்கு.

- காவியா செங்கொடி

மூதாட்டி – தேடல்

முடி நரைத்தும், கண்கள் மங்கியும்,
தோல் சுருங்கியும், பல் கொட்டியும்,
கன்னம் ஒட்டியும், உதடு துவழ்ந்தும்,
விரல்கள் சுயத்தை துறந்தும்,
கால்கள் பலத்தை கடந்தும்,
உடல் தன் வலிமையை இழந்தும்,
உன் அனுபவ மிகுதியின் பிடியில்,
என் வாழ்வை செழிக்க வைக்க,
என்னுள்ளும், என்னுடனும்
புத்துணர்ச்சியுடன் சண்டையிட்டு
வெற்றியை அடைபவள்,
அவள் !

- ஜெயஸ்ரீ. சு

முதுமை – அது இளமையின் வாதுமை !

நரைமுடியை கிரீடமாகத் தலையில் அணிந்து
மூப்பின் அழகிய வண்ணங்களை
முகத்தில் வரைந்து
வாழ்வின் மீட்சியை உள்ளத்தில் உணர்ந்து
குழவியின் உள்ளத்தையும் நன்றாக புரிந்து
ஆழமான வாழ்வியல் அறிவுரைகளை !
மனதில் பதிவதற்கேற்ற தெளிவுரைகளை !
தேன் போன்ற சொலவடைளில் கலந்து !
வார்த்தைகளால் அவற்றை அளந்து !
பிஞ்சு நெஞ்சில் பதியுமாறு அவற்றை சிதைத்து !
புனிதமான அன்போடு அவற்றை குழைத்து !
இனிமையான அரவணைப்பின் போது
அதை உமிழ்ந்து !
இனிய தேனை செவியில் இட்டு !
தேனடையை வாயில் போட்டு !
பாசத்தோடு தன் பேரனை அவள் பார்க்கும் பார்வை ?
தாயன்பும் இவளன்பும் ஒன்றாக இணைந்த கோர்வை !
நெல்லிக்கனி வாயிலிட்ட போது கசத்தாலும்
உமிழ் சுரக்க சுரக்க சுவை அசத்தும் !
அதேபோல் இவளது கடும் அறிவுரை !
நம் முழு வாழ்வின் தெளிவுரை !
பாட்டி சொல்லைத் தட்டாதே
என்று தந்தை சொன்னாரே அன்று
அதன் உள்ளார்ந்த அர்த்தம்
எனக்கு புரிந்ததே இன்று !

அவள் கூறும் அறிவுரை
வெள்ளித்தட்டில் உள்ள பொற்பழம்!
ஆதலால் வேறொருவரும்
ஆக முடியாது அவளுக்கு சமம்!
என்னை பாசத்தால் பாராட்டி !
அவளது நேசத்தால் நீராட்டி !
அன்பான அறிவுரைகளால் சீராட்டி !
என் கேள்விகளுடன் போராடி !
என்னை அழகியச் சிற்பமாக சிதைத்தவள் !
என் மனம் முழுவதையும் நிறைத்தவள் !
எனக்கு வாழ்வியலை பரிசாகத் தந்த அவளுக்கு
இந்த வார்த்தை பிம்பங்களை
பரிசாக அளிக்கிறேன் !

- வி. அபிஷா

பேரன்பு பாட்டி

என்னை முதலில் தொட்டவளே !
நெற்றியிலே முத்தமிட்டவளே !
நான் பிறந்ததை ஊர் முழுக்கச் சொன்னவளே !
நிலவினைக் காட்டி, உணவினைத் தந்தவளே !
கதைகளை கவிதைகளாய்ச் சொன்னவளே !
இயற்கையையே மருந்தாகக் கொண்டவளே !
கொட்டைப்பாக்கை கோட்டையாக
வைத்திருப்பவளே !
திட்டுகளை சாரல் மழையாக தந்தவளே !
சுருக்குப்பைச் சொந்தக்காரி !
வெற்றிலையின் பைத்தியக்காரி !
கோடையின் ஊட்டியே ! எனது பாட்டியே !
நீ இல்லை என்றாலும், உன் அன்பு
என்னை சுற்றியே உள்ளது !

- சதிஷ்.

முதுமைக் காதலி

ஆறு மாதத்தில் அழும்
என் குரல் அளவில்
என் தேவை அறிந்த அவள்
என் முதல் காதலி !

பெட்டிக் கடையில் நின்று பார்க்கும்
பருவத்தில் என்னை பார்க்காமலே
என் கை சேரும் அதிரசம் அறிந்தன
அவள் பக்குவத்தை !

பள்ளி பயிலும் வயதில்
என் முக பாவம் கண்டு
பல்பம் வாங்க காசு கொடுக்கையில் கண்டேன்
கடல் கொள்ளா அவள் கவனிப்பை !

பண்டிகை நாட்களில் ஓடி, ஆடி
களைத்து வரும் என்னை
யாரும் அறியாமல் அழைத்து
கையில் திணித்த முறுக்கு,
இன்று அடைய முடியா அமுது !

கல்லூரி காலங்களில் என் வயதறிந்து
வாறி வழங்கிய சுருக்குபை
துட்டு கணக்கை இன்னும்
கணக்கிட முடியவில்லை,
அவள் தூய பாசம் போல!

இரவுப் பொழுதில்,
கயிறு கட்டிலில் அவள் கூற
நான் கேட்ட கதைகளில் தெரியும்,
அவள் மென்மை !

அவள் அறிந்த, தெளிந்து
கற்ற, பெற்ற அனைத்தும்
கொடுத்து விட்டால்
அவள் அளவில்லா அன்பில் !

என்றும் என் முழு காதல் பெற்ற
முதல் முதுமை காதலி அவள் !

- பார்த்திபன். பா

பழமையின் புதுமை !

என் முயற்சிக்கு பல பயிற்சி கொடுத்து !
என் அறிவுக்கு பல தெளிவு கொடுத்து !
அனுபவத்தை அந்தகாலத்தில் நாங்களெல்லாம்
என துவங்கி,
இந்த காலத்தில் நீங்களெல்லாம்
என பலவற்றை பகிர்ந்து காட்டி !
கற்பனைகளை உனக்குள்ளிருந்து,
எனக்குள் புகட்டி !
கதைகள் பல என்றும் என்னைக்
கவருகின்ற வண்ணம் கூறி !
காயங்கள் காணாது செல்ல,
இயற்கைதான் மருந்தென்று !
மூலிகைகளை உண்ண கொடுத்தாய் !
இயற்கையை இனிமையாக இடைவிடாது
அறிந்து வைத்த முதிர்ந்த கனியே...!
மருத்துவம் படிக்காவிடினும்
மகப்பேறு பார்த்த மாபெரும் மருத்துவரே !
மகத்துவமானவளே ! மாண்புடையவளே !
காலத்தால் நீ பழமையானவளாக இருக்கலாம் !
செய்கின்ற காரியத்தினால் என்றும்
புதுமையானவளாக தான் இருக்கின்றாய் !

- நெல்லை சதிஸ்

நான் இழந்த கனி அவள்

அவள் மடியில் தலை சாய்த்து
அவள் கதைகள் பல கேட்க ஆசையே
என் காதுகள் செவிடும் அல்ல
அவளோ ஊமையும் அல்ல
ஏனோ விளையாடிச்சென்றது விதியும்

நான் தோற்ற போதும் துவண்ட போதும்
உன் வார்த்தைகள் என்னை தேற்றும்
என்று தெரிந்தும் ஏனோ
என்னை விட்டுச்சென்றாய் !

உன் வாசனை எனக்கு பிடிக்கும்
இன்றும் காற்றிலே தேடுகிறேன்
கிடைத்து விடாதா என்று

விடுமுறைகளில் உன் வீடும்
வேடந்தாங்கல் ஆகிறதென்று சென்றாயோ ?
உலகை படிப்பித்த நீ
பாதியில் பாடம் நிறுத்தியது ஏனோ?
எனக்கு மற்றவர்கள் கற்பித்தால்
புரியாது என தெரிந்தும் !

உன் முத்தங்கள் இன்னும் பல வேண்டும்
உன் அறிவுரைகள் பல நான் கேட்க வேண்டும்
உன் கையால் இன்னும் பல நாட்கள் நான்

சோறுண்ண வேண்டும்
நான் வாங்கும் அடிகளை
நீ தடுத்திட வேண்டும்
நான் ஜெயிக்கும் போதெல்லாம்
நீ பாராட்டிட வேண்டும்
நான் அழும் போதெல்லாம்
உன் கொஞ்சும் குரல்
எனக்கு மருந்தாகிட வேண்டும்
உன் அன்பு முழுவதுமாய்
எனக்கு மட்டுமே வேண்டும் !

இத்தனை கர்வம் எனக்கிருந்ததனாலோ
வந்ததே கொடூர வியாதி
பரித்து சென்றதே உன் உயிரை !

தினமும் ஏங்குகிறேன்
உன்னைத் தேடித்தேடி
தீராதே இத்தேடலும்
உன்னைக் காணும் வரையில்
நான் வாழ நீ வேண்டும் என் செல்லம்மா !
உன்னை பற்றி எழுதையில்
என் வார்த்தைகளும் கண்ணீரில் நனையுதம்மா

- முத்தங்களை இழந்தவள்

என் ஒட்டுமொத்த ஆரம்பமே இவள் தான்

அம்மாச்சி - என் வாழ்வின்
ஆகச்சிறந்த பொக்கிஷம் !
தாயின் கருவில் கிடந்த நாட்களை விட
உன் மடியில் கிடந்த நாட்களே அதிகம் !
சுட்டுவிரல் பிடித்து சுற்றிவந்த
சந்தை தெருக்களும்,
கூவி கூவி விற்கும்
கொட்டாச்சி புட்டுகாரியின் சத்தமும்,
அயல் நாட்டு பதார்த்தங்களையும்
மண்டியிட வைக்கும் நீ
செய்யும் கேப்பை கூழும்,
குளிரின் நடுக்கத்தில் கம்பளியினும்
கதகதக்கச் செய்யும்
உன் சீலை முந்தானையும்,
என் வாழ்வில் நான்
சேர்த்து வைத்த சாலச்சிறந்த பொக்கிஷங்கள் !

- காயத்திரி கண்ணன்

பாட்டியின் முத்தங்கள்

காற்றில் கலந்த பூவின் மணம்போல் !
பாட்டியின் முத்தம் பாசத்தில் நிறையும் !
பசி தெரிந்தே பண்டங்கள் தருவார் !
விடை தெரிந்தே வழிகள் கூறுவார் !
பாண்டி முதல் பல்லாங்குழி வரை !
பாடம் கற்கும் பாட்டியின் பாடசாலை !
ஒப்பனை இல்லா முதுமை ஓவியம் !
கற்றவை எல்லாம் ஒழுக்கத்தின் காவியம் !
கிராமத்தில் வாழும் அன்பின் மூத்தோர்
மூத்தோரின் கிளைகளோ நகரத்தில்
தொலைந்தன...!
வழியும் கண்ணீர் வாசலில் நிற்கும்!
பேரக்குழந்தையின் வரவை நோக்கி !
கடிந்து பேசும் குரலே என்றாலும்,
காலம் முழுதும் இனிப்பாய் இனிக்கும் !
கன்னத்தில் குடியேறும் பாட்டியின் முத்தங்கள் !

- ரஞ்சனி பழனிசாமி

பாட்டிக்கு ஈடான உறவுண்டோ ?

என்னை பெத்த அப்பத்தா;
என் நினைப்பெல்லாம் நீதானே !
கையில் ஒழக்க புடிச்சி
பாட்டொன்னு பாடிகிட்டு;
விதவிதமா விளைஞ்ச நெல்ல
பக்குவமாய் நீ பிரிச்ச,

சோறுதண்ணி கணக்கா வடிச்சிட்டே;
ஏழு புள்ளனாலும் நல்முறையில்
நீ வளத்த,
ஊர்கதைய பேசிட்டே
அம்மாயிடன் புளி நசுக்கி,
பொடவ ஒன்னு வாங்கிவந்து
பேத்திக்குப் போத்தி
உறவக் காத்தவ நீ தானே !

நீ இடிக்கும் பாக்கு சத்தத்திலே;
நித்தமும் நித்திரையில்
இசை சத்தம் கேட்குமே !

நீ போடும் வெத்தலைக்கு,

நாக்கு செவ்வானமாய் சிவக்குமே,
நான் கேட்கும் கேள்விக்கு,
கதையாக் கொட்டி தொணையா
நடந்தவ நீதானே !

நீ சிரிச்சுபுட்டா உடும்பு
காத்தோட கலக்குது இங்கே;
அடுப்பு நெருப்பும்
சோத்தோட மணக்கும் இங்கே !

அப்பத்தா நானிருக்க
உனக்கென்ன கவலையின்னு
தினப்பொழுது கேட்பியே,
இப்போதோ
எனைபிரிந்து தாத்தாவ
பார்க்க போனியோ ?

நின்னெத்தி சாம்பலையே
சொத்தா நினைச்சவளே;
பெத்த மவனுங்க எவனும்
செத்தும் உன்னை விரும்புலயே !

- கவிஞர் பாரதி பாஸ்கி

பாட்டி கிடைப்பதும் வரமே

கதைகளின் வாயிலாக உலகை
அறிய வைத்தவள் நீயே !
உன் அனுபவத்தில் அறிஞனை
கூட மிஞ்சி விட்டாய் !
துள்ளி அழும்போது
தூக்கி கொஞ்சிவள் நீயே !
என்னுடைய நடையை கண்டு
கைதட்டி வரவேற்றவளும் நீயே !

பேத்தி வந்துட்டாளு பேரார்வத்துடன்
வந்து பார்பவளும் நீயே !
காட்டு புழுதியிலும்
தோள் மேல நான் கிடந்த !
திட்டி அடித்ததுமில்லை
தாலாட்டுப் பாட மறந்ததுமில்லை !
பால் சோறு நீ
ஊட்டியதாலோ அமுதென இனித்ததோ !
உன் அதிரச கைப் பக்குவத்துக்கு
அள்ளி கொடுத்தாலும் ஈடாகுமா !
அறியாத வயதில் ஓடி திரிந்தாலும்
உன்னை கண்டு ஓயரமாக வளர்ந்துவிட்டேன் !
நாளு பிள்ள இருந்தாலும்
மூத்த பேத்தினா தனி பாசம் தான் !

- இளங்கவி. சு. தீபிகா

பாட்டி என் வழிகாட்டி

உன் நலம் கேட்காமல்
என் காலை விடிந்திடுமோ ?
உன் கதை கேட்காமல்
என் நாளும் முடிந்திடுமோ ?

அம்மியில் அறைத்து நீ
சமைக்கிற சமையல் ருசி,
தூண்டிடும் அனைவரின் பசி !
அன்பும் பாசமும் கலந்து
உருண்டை பிடித்து ஊட்டி விடுவாயே !
அமிர்தம் அதுவே எமக்கு அமிர்தம் !
பல மொழி படித்து மறந்தாலும்
உன் பழமொழி மறக்கவில்லையே !
சிறுக சிறுக நீ சேர்த்து வைத்த
சில்லறை காசினை செலவு செய்து
பஞ்சத்தில் நீ இருந்தாலும்
பஞ்சு மிட்டாய் வாங்கி தருவாயே !

பேராண்டி என நீ அழைக்க
பேரானந்தம் வாழ்வில் வேறு இருக்கிறதா ?
நீர் என்னை விட்டு பிரிந்தாலும்
நீங்காது உம் வார்த்தைகள் !
மறக்காது நீர் கற்றுத்தந்த நல்லொழுகங்கள்
மறையாது நின் நினைவுகள் !

மழலையாய் நான் அன்று உன் கையில்,
முதுமையாய் நீர் இன்று என் கையில் !
பாட்டியே என் வழிகாட்டியே !

- **கார்த்திக்வேல்**

என் அன்பு பாட்டி

என் தாய் எனும்
தேவதை தந்த ஒரு தெய்வமே
உன்னை எண்ணி எண்ணி
ஏங்குகிறேன் எந்நாளுமே !
என் பிள்ளையாய் நீயும்
பிறந்திடவே வேண்டிடுவேன் எப்போதுமே !
போதை பழக்கம் ஒன்றை
எனக்குள் நுழைத்துவிட்டாய் !
கொடுப்பதினால் இன்பம் தருகின்ற
உயர்வான போதைதான் !
சுகமெல்லாம் இழந்தாலும் கொடுக்கின்றாய் !
அதனாலே நீயும் பேதை தான் !
இடக்கை தருவது வலக்கை அறியாது
என்ற இலக்கணம் படைத்தவளே
அந்தக் கடை ஏழு வள்ளலும் உன்னிடம்
கடன் வாங்கிச் சென்றவரோ ?
அறியா முருகனாய் நான் இருந்தேன்
அறிய வைக்க ஔவை பாட்டியாய்
நீயும் வந்தாயோ ?
அகவை அறுபது கடந்தாலும்
அழகிய குழந்தை மனத்தை உடையவளே !
மா தவம் செய்தாலும்
வசப்படாத ஆத்ம ஞானம்
உன் மலை போன்ற அன்பை
கண்டு கண்டு என்னுள்ளும்
நான் அறியாமல் நுழைந்தது !
அந்தப் பிரகலாதனைப் போல !
ஏடுகள் சொல்லா அறங்கள் யாவும்
நீ வாழ்ந்து காட்டியே எனக்கு
உணரச் செய்தாய் !
என் எல்லா அணுவிலும்

அவை உயிர்ப்புடன் இருப்பது அதனாலே !
இதிகாசம் இயம்புகின்ற தர்மம்
எல்லாம் உன் இனிய தமிழாலே
நான் அறிந்தேன்; அதன் வழி நடந்தேன் !
இல்லறமும் ஒரு பெரு வரம் தான்,
உனைப் போலே ஒருத்தி வாய்த்துவிட்டால் !
உன்னை இம்சிக்கும் இதயங்களையும்,
இடைவிடாது துரத்தும் இன்னல்களையும்,
இன்முகம் காட்டியே நடத்தி வந்தாய் !
உன் போன்ற ஒருத்தியை
ஒரு போதும் கண்டதில்லை !
மன்னிப்பது வலிமையுள்ளவனின் குணம்,
அப்படிப் பார்த்தால்
எந்த ஆண்மகனையும் விட
நீ வலிமைமிக்கவளே !
மன்னிப்பதோடு இல்லாமல் அதை
மறக்கவும் செய்தாயே !
கல்லாமல் கற்பிக்கும் திறன்
படைத்த என் கற்பகமே !
காளிதாசன் வழி வந்த
என் குலக்கொழுந்தே !
அன்பின் வடிவமாய் இருப்பவளே
அழிவு என்பது உனக்கில்லை !
நீ கற்று தந்த நெறிகள்
யாவும் தவறாமல் கடைபிடிப்பேன் !
நான் காணுகின்ற மனிதருக்குள்
என்றும் நான் அதை விதைப்பேன் !

- இரா. சதீஷ் குமார்

தடி ஊணு கூன் அழகி

அறுந்த காதழகி ,தேஞ்ச பல்லழகி ,
பாத்து பாத்து கத சொன்ன
பாக்காமதா அத சொன்ன,
அறியா வயசுலேயே
அறவியல சொன்னாலே அழகழகா !
அறிவியலு அதுல அடங்குமுனு
அப்பெல்லா புரியலையே !
இப்போ புரியுது ஆனா அவ இல்லயே !

தொனதொக்கு பேச்சழகி ,
சிருச்சு அவ பேசயில பேரழகி ,
சட்டி பான கழுவையிலு
சிக்கன செய்யு சிக்கனவாதி ,
கையால அவ எது கொடுத்தாலு
பட்டு போகாத பக்குவவாதி ,
எப்பொழுது ஏசுவா பல மாதிரி
மேலுக்கு முடியாம நா படுத்தா
பதரி மாறுவலே மருத்துவச்சியா
இன்னு சில மாதிரி .

தடி ஊணு கூன் அழகி
நரையிலையு அவ நெச அழகி ,
வெத்தல முடுஞ்ச முந்தியில
மூணு நாலனா சேத்து முடிவா,
வேணுமுனு கேக்கும்முன்ன
இந்தானுதா அவ தந்திடுவா,
ஒன்னு ரெண்டா கிள்ளி
உப்பு மொளகு அள்ளி,

அவ வெக்கும் தொக்குக்கு
நாளு வீடு மணக்கும் !
அவ கட்டிய கூரசேலையும்
பின் கொசுவமும் கூட
பலநூறு கத சொல்லு
இதமா சுகமா
இப்படி அப்படி எப்படி சொன்னாலு
அவ அரும முடியாது !
அவ அறுவ குறையாது.

- ஞாழல்

பாசமிகு பாட்டி !

விடுமுறையில் வீட்டுக்கு வா
என ஏக்கத்துடன் அழைத்து,
நாம் அங்கு சென்றதும்,
முகத்தை பார்த்து மகிழ்ந்து;
நம் வருகையை திருவிழா போல,
கொண்டாடி மனம் நெகிழ்ந்து,
உடல் இளைத்து விட்டாயே
எனக் கடுமையாக திட்டி தீர்த்து,
பசி வருவதற்கு முன்பே
பாசத்துடன் மனதார உணவளித்து,
உணவருந்தியும் ஓய்வு அளிக்காமல்,
தின்பண்டங்களை உடனே திணித்து,
துன்பங்களால் துயர்வடைய விடாமல்
துள்ளிக்குதித்து விளையாட வைத்து,
ஊர்க்கதைகள் பல பேசி
இனிமையாக நாட்களை களித்து,
வருகிறேன் என்று சொன்னதும்,
கண்களில் கண்ணீர் வந்தாலும்,
அதனை வெளிக்காட்டாமல் மறைத்து
சிறுக சிறுக சேர்த்து வைத்திருந்த
பணத்தை கைகளில் திணித்து,
அடுத்த விடுமுறைக்கு வா என்று
வழியனுப்பும் பாட்டியின் பாசத்திற்கு
நானும் ஒரு அடிமை !

- த. கெளசிகப்பிரியன்

என் ஆசை பாட்டியம்மா

கசங்கிய பழைய நூல்சீலையும் ,
இடுப்பில் தொங்கும் சுருக்குபையும் ,
காதிலிருந்து தொலைவில் தொங்கும் பாம்படமும்
என்றும் நினைவிலிருக்கும்
பொக்கை வாய் சிரிப்பும் ,
பொழுது போக புரளி பேச்சும் ,
சுட்டி பேத்திக்கு குட்டி அறிவுரையும் ,
என்று காலம் கடத்திக் கொண்டிருப்பவளே
என் ஆசை பாட்டியம்மா .
பல வீட்டு வைத்தியமும் சொல்லிடுவாள் ,
ஊர் மணக்க மீன்குழம்பும் செஞ்சிடுவாள் ,
அதை பக்குவமாய் செய்ய குறிப்பும் தந்திடுவாள் ,
அழுத பிள்ளையை வாரி அனைச்சிடுவாள் ,
சோறு ஊட்டி கதையும் சொல்லிடுவாள் ,
முந்தானியில் முடிஞ்ச காசும் தந்திடுவாள் ,
ஆசை முத்தம் ஒன்று கன்னத்தில் வச்சிடுவாள் ,
எனக்கு ஏதாவது என்றால்
சில்லாய் நொருங்கிடுவாள்,
என் ஆசை பாட்டியம்மா.

- கீர்த்தனா லெட்சுமணன்

வானிலை மாற்றம்

பாசத்தில் பஞ்சமில்லை பசிக்கு நேரமில்லை
சுவைக்கு சோர்வில்லை
உன் கைகள் எட்டி பார்த்தால் !
வாழும் கதைகள் பல கோடி
ஆனால் நான் மகுடம் ஏற்றியது
உன் கதையில் தான் !

பல் இல்லா வாயிலே பல நூறு
முறைகள் என் பெயர்
எதிர் ஒலிக்கும் !

எட்டு மடிப்பு சீலையில் நான்
துடைத்த சோற்று பருக்கைகள்
கண்ணாமூச்சி விளையாடும் !

மழை வந்தால் போதும் என்
செவிகளுக்குள் உன் கதைகள்
ஓடி பிடிக்கும் !

வெயிலோடு நாம் நடந்தால்
உன் முந்தியிலே நான்
தென்றலை பார்ப்பேன் !

நான்கு காலில் நான் ஓட
மூன்று காலில் நீ துரத்த அந்த
இறைவனும் பொறாமை கொள்வான் !

இன்று நான் நடக்கையில்
என்னை துரத்தாமல் ஆணியின் கிழே
அமைதியாய் பார்பது ஏனோ ??

- **Balaji M**

காற்றில் கலந்து விடு !

தாயக் கட்டை உருட்டி ஜெய்ப்ப!
காசு வந்தா அள்ளி கொடுப்ப !
காலையில சுடு காப்பி கொடுப்ப !
அந்தி சாஞ்சது சுக்குக்காப்பி கொடுப்ப !
பாசம் வந்தா நெஞ்ச தெப்ப !
வாழ்க்கையை வாழ கத்துக் கொடுப்ப !
தூங்கு போது முத்தம் கேப்ப !
வேர்வ வந்தா விசிறி ஆவ !
மூச்சுப் போல என்ன காப்ப !
நான் கண்ணு கலங்குனா உசுரவிடுவ !

ஏன்டி அம்மா இவளோ பாசம் !
நீ போன பின்ன ஏது நேசம் !
உன் அக்கா ! தங்க ! இருக்குறாங்க !
அவங்க பேரன் ! பேத்திய ! கொஞ்சுராங்க !

என் அப்பா ! அம்மா ! இருக்குறாங்க !
அவங்க காதல்ல முழ்கி ! கிடக்குறாங்க !
என் அப்பன வளத்த புண்ணியவதியே !
உன் பாசத்துக்காக ஏங்குறென் டி !
காத்துல கலந்து நீயும் வா டி !

- பா. பிரியன்பாபு

அன்பின் ஆட்சியே என் ஆச்சி

பாசம்பொங்கும் பேரழகிதான் அவள்
பிள்ளைகளைத் தன் அன்பால் பண்பால்
நன்றாய் வளர்த்திடுவாள் அவள் !
அனுபவக் கதைகள் பல
கூறிடுவாள் - அன்றாடம்
நன்றாய் உழைத்திடுவாள் !
பக்குவமும் பேரன்பும் கலந்து
இவளளிக்கும் அறுசுவை உணவுக்கு
ஒரு அடி பின்னர்தான்
பெற்ற தாயின் சமையல்களும் !

ஆலம்போல் குடும்பத்தையே
தாங்கும் அவள்தான் - பாதையெங்கும்
பற்றிக்கொள்ள பேரன்பேத்தியின் கரங்களையும்
சிறுபிள்ளையென நாடுவாள் !

ஆசைகள் அவ்வளவாய்
வைத்திருக்க மாட்டாள்
அவளது அவ்வளவு ஆசைகளையும்,
தன் பேரன்பேத்திகளின்
வளர்ச்சி காண்பதிலேயே வைத்திருப்பாள் !
தன்னலமற்ற அன்பு
கொண்டிருப்பாள் – தனக்கென
ஏதும் பெரிதாய் வைத்திடாமல்
அனைத்தும் பிள்ளைகளுக்கென
பகிர்ந்தளித்து மகிழ்வாள் !

அழகாய்ச் சிரித்திடும்
அவள் – தன் குடும்பத்தின்
முன்னேற்றம் காண்கையில்
பேரானந்தத்தில் பூரிப்பாள் !

தன் அன்பினால் – எனை ஆட்சி செய்யும் –
என் ஆச்சிதான் அவள் !

– ச. த. ரேணுகா

மூத்த குடிமகள்

எங்கள் வீட்டில் மூத்த குடிமகள் !
அவள் பேத்திக்கும் பேரனுக்கும்
செல்ல மகள் !
எங்கள் வீட்டின் மருத்துவச்சி !
அவர் கொடுத்த மருந்தில்
காய்ச்சல் பறந்து போச்சு !
எங்கள் வீட்டில் இருக்கிறது கோமாதா !
நீயோ எங்களின் ராஜமாதா !
மூன்று காலால் நடப்பவள் !
ஆனால் முக்காலத்தையும் அறிந்தவள் !
எங்கள் வீட்டின் முத்து
இவள்தான் எங்கள் உயிருள்ள சொத்து !

எங்கள் வீட்டில் எல்லாரிடமும் வைப்பாள் பாசம் !
அதனால்தான் என்னவோ
வீடே மணக்குது
நீ வைக்கிற மீன் குழம்பு வாசம் !
எங்க வீட்டின் முதுநெல்லி

ஆம் அந்த காட்டு நெல்லி போலதான்
இவள் அறிவுரைகள் முதலில்
சற்றுத் துவர்க்கும் ! பிறகு இனிக்கும் !

— **விக்னேஷ்**

அன்புள்ள ஆச்சிக்கு

சின்ன வயசுலயே உனக்கு
திருமணமும் நடந்துருச்சு !
சின்ன சின்ன ஆசைகளும்
சிந்தனையிலே கலஞ்சிருச்சு !
பனை மரத்தில இருந்து
பதனீரு எடுப்பாரே தாத்தா !
பனைமரத்தில ஏறினாலே
பதறுமே உன் மனசு !
முத்து முத்தா மூனு
பெண்பிள்ளைகள பெத்தெடுத்த !
மூத்தபிள்ளைக்கு இரண்டுமே
பொட்டப்புள்ளையா போயிருச்சு !
நடுபிள்ளைக்கும் மூத்தபிள்ள
பெண்பிள்ள !
இரண்டாவதா நான் பிறந்தேன் !
இளையபிள்ளைக்கும் பெண்பிள்ளை !
என்னை பேரன் வந்து பிறந்தான்னு
பெருமையாகத்தான் பேசுனியே !
சீராட்டி பாராட்டி வளர்த்தியே !
ஈ எறும்பு அண்டாம
என்னையும்தான் காத்தியே !
வெள்ளை முடிக்காரி கொஞ்சம் வேகமாத்தான்
நடவேன்னு விளையாட்டா
பேசுனத கேட்டு சிரிப்பியே !
எனக்கேதும் அடிபட்டா
எனக்கு முன்ன நீ துடிப்பியே !
யாராச்சும் என்னை எதிர்த்தால்
யாம நேரமானாலும் அவங்கள வைவியே !
என் செல்ல ஆச்சி !
எப்பொழுதும் எங்க கூடவே இருந்திடு !

– தமிழ்மகன் சிவபிரகதீஷ்

பாட்டி

அவள் வீடு
என் விடுமுறை நாட்களின் சரணாலயம்
அவள் அனுபவத்தின் ஏணி !
கதை சொல்லும் ஞானி !
வயக்காட்டு வெயிலுக்கு சொந்தக்காரி !
சுருக்குப்பை சொத்துக்காரி !
பேரன் வந்தான்னு வெடக்கோழி அடிச்சிருவா !
பேத்திக்காக அவ பட்டுப்புடவையில
பாவாடை தச்சிடுவா !
அவள் தீர்க்காத வியாதி இல்லை !
அறிவுரை அளவா சொல்லும் ஆசிரியை !
விடுமுறை விட்டா எதிர்பார்த்து காத்திருப்பாள் !
இன்றைய விடுமுறை நாட்களெல்லாம்
வீணாகுது அவளில்லாமல் !

- மணிராஜ். பா

என் வீட்டு தேவதை

சுருக்கங்களின் சொந்தக்காரி,
மழலைப் புன்னகையின் மெட்டுக்காரி,
சுருக்குப்பை சொத்துக்காரி,
மருத்துவத்தில் கெட்டிக்காரி !

மாயக் கதைகளின் இருப்பிடம்,
விலைமதிப்பில்லா பொக்கிஷத்தின் வரைபடம் !
1000 புத்தகங்களின் நூலகம்,
நான் செய்யும் குறும்பிற்க்கும்,
என் அப்பாவின் கோபத்திற்க்கும்
பாதுகாப்பு வளையம் !

வேடந்தாங்கலும் தோற்றுவிடும்
விடுமுறை நாட்களில்
என் பாட்டியின் வீட்டுக்கு முன் !
தன் பிள்ளைகளிடம் காட்டிய கஞ்சத்தனத்தை,
பேரப்பிள்ளைகளின் கனவிலும்
காட்டுவதில்லை அவள் !
அதியமானுக்கு ஔவை கொடுத்த
நெல்லிக்கனி போல்,
இவள் எமக்கு கிடைத்த
இனிய முது நெல்லி !

- Priya

முதுமையில் ஓர் குழந்தை

தள்ளாத வயதிலும் தன் பணிகளைத்
தானே செய்து முடித்திடுவாள் !
தாய்க்கு அடுத்த நிலையில்
அன்பினை அள்ளித் தந்திடுவாள் !
பெற்றோர் அறியா வண்ணம்
கையில் காசினைத் தந்திடுவாள் !
பசி எடுக்கும் முன்பே
ருசியான உணவினை ஊட்டிடுவாள் !
அம்மா அடிக்கையில்
ஓடிவந்து தடுத்திடுவாள் !
அம்மாவை அடிப்பதுபோல்
பாசாங்கு செய்திடுவாள் !
கதைகள் பல சொல்லிடுவாள்
கடந்தகாலத்தைப் பற்றியே பேசிடுவாள் !
அடிக்கடி சண்டையும் போட்டிடுவாள்,
தவறு செய்தால் தண்டித்திடுவாள் !
கொசுவம் வைத்து கட்டிடுவாள்,
இக்கால ஆடைகளை கேலிச்செய்திடுவாள் !
கணவனின் பெயர் சொல்ல தயங்கிடுவாள்,
கரம் பிடித்தவரையே கடவுளாக போற்றிடுவாள் !
உழைத்து வளர்ந்த உடம்பிது இனி,
இவர்களைப் போல் உழைப்பதற்கு யாரிங்கு ?
முதுமை என்பது உடலுக்கே
தவிர மனதிற்கு அல்ல !

- உயிர்த்தெழு நதியா

என் செல்லப் பாட்டி

ஆய்ப்பற்றோ என்றெண்ணும் அளவு
தாய்ப்போலே அணைத்துக் கொஞ்சினாய் !
பொக்கை வாய்ப்பல்லோ ? முத்தோ ?
கண்கூச ஒளிவீசி சிரிப்பாய்!
என் பேரன் ; என் பேத்தி எனச்சொல்லி
ஊரெங்கும் சுற்றித் திரிவாய் !
கண்பட்டு விடுமோ என்றஞ்சி
உலகக்கண் ணொழிய தீமூட்டுவாய் !
படிப்பறி வில்லை என்றிடினும்
பட்டறிவுப் பெட்டகமாய் பெற்றோமுன்னை !
வாழ்நாள் முழுதும் வரவேண்டும்
என் கண்ணே! செல்லப் பாட்டி !

- அ. முகிலன்

தட்டாத சொல்லுடையாள் !

யார் உன்னை திட்டினாலும்,
உன் பக்கம் நின்று,
உனக்காக குரல் கொடுக்கும்
ஓர் அற்புத உறவு !
சொல்ல இயலுமா ?
அவள் உன் மீது வைத்திருக்கும் பாசத்தை;
ஈடு ஆகுமா?
நீ நல்வழியில் நடக்க, அவள்
கூறும் அறிவுரைகளும்,
சொல்லும் சொற்களும்,
திட்டும் திட்டுகளும் !
அகவை அறுபது கடந்தாலும்
அழகிய குழந்தை மனம் உடையவள் அவள்;
உன்னை வளர்ப்பதிலும்,
நீ செய்யும் சிறுசிறு குறும்பை இரசிப்பதிலும்,
உனக்கு கதை சொல்லுவதிலும்,
சாப்பாடு ஊட்டுவதிலுமே மிகுந்த
மனநிறைவு அடைகிறாள் !
உனக்காக இவ்வளவு செய்யும் அவளுக்கு,
அவள் சொல்லும் சொல்லை
தட்டாமல் இருப்பதே,
நீ செலுத்தும் நன்றியாகும்,
உன் பாட்டிக்காக !

- நந்தினி மாரப்பன்

தாயுமானவள் அவள் !

வயதில் மூத்தவள் அவள் !
வயதுவந்த குமரிபோல்
வளமாக வலம்வருபவள் !
பக்குவம் அடைந்தவள் அவள் !
பழகிய வார்த்தைவைத்தே
பண்பாட்டை விளக்கியவள் !
தள்ளாடும் வயதிலும்
தன்மகவை வளர்த்ததுபோல்
தாலாட்ட மறக்காதவள் !
சீரற்ற உடல்நிலையிலும்
சின்னஞ்சிறு பூவை
சீராட்ட தவறாதவள் !
முந்தானை தலப்பில்
முடிந்துள்ள என்தாயின்
மூச்சையே மூச்சாகக் கொண்டவள் !

தாயிற்கு தாய் ஆனவள் !
என் தலைமுறையின்
தாயுமானவள் அவள் !

- மாயாதி

சந்ததியின் சகாப்தம்

என் அன்னையை
அதட்டலோடு ஆளாகியவர்
என் அதட்டலில் அரவணைப்பார் !
எங்கு சென்றாலும்
பத்திரம்யா சூதானம் முக்கியம் என
தோளினை அழுத்திக்கொடுக்க மறந்ததில்லை !
பைத்தியம் பைத்தியம் என
நான் திட்ட என்னோடு மட்டும்
மகிழ்வோடு மல்லுக்கு நிற்பார் !
அப்போ அப்போ சுகம்
கொள்ளாத நோய் வருகிறது
அதை வெளிக்காட்டாமல்
விளையாட்டாய் காளைந்திடுவார் !
இராவுகள் எல்லாம்
இராஜகுமாரன் கதைகளும்
சிலமுறை ரம்பாடா
கதைகளும் தூக்கத்திற்கு
துணைபுரியும் !
அதிரசமும் அந்த அந்திரியை குழம்பும்
முந்திரி அல்வாவும்
நீ செஞ்சு கொடுக்க கொகக்கானி
காட்டிக்கிட்டே நான் தின்னுபுடுவ !
எனக்கு சிறிய கீறல் என்றாலே
வீட்டில் அமளிதுமளி தான் !

திருஷ்டிபொட்டிற்கும் சுத்தி போடுவதற்கும்
தவறாத சுயநலக்காரி !
மிச்சம் பிடித்து வைப்பார் எனக்கு
தன் தேவைகளை மறந்து
என் தேவைகளை அறிவார் !
சும்மா விடமாட்டேன் அந்த
சுருக்கு விழுந்த கிழவியின்
சுருக்கு பையை பிடுங்காமல் !
கண்டதை தின்னு என்பார்
அதில் கண்டெடுத்து உண்ணு என்பார்!!
எதைச் செய்தாலும் குறைகளை களைவார்
பல குழப்பங்களை கிள்ளியெறிவார் !
கற்பனைக் கதைகளை கட்டவிழ்த்து
அதில் கனக்கச்சிதமாக அறிவுக்கு விருந்தளிப்பார்.
ருசிகளை மறந்த நாக்கு
என் அம்மச்சி செய்யும் ரசத்திற்கு
இரவு முழுவதும் உறக்கம்
தொலைக்கும் !
சமையலில் அம்மாவுக்கு
செமத்தையாய் விழும்
சாம்பாரில் சரமாறியாய்
காய்கள் தழுமவில்லை எனில் !
பழைய சோரும் வடகமாகும்
வடுமாங்காயும் தொக்காகும் !
ஆத்தா ஊருக்கு போனா
குடியேறும் குளிர்சாதனப்பெட்டிக்கே
காய்ச்சல்வரும் !
அம்மிக்கும் அம்மிச்சிக்கும் அன்னியோன்னியம்
அம்மாவுக்கு மிக்ஸிதான் கை மந்திரம் !
கிங்கினி மங்கினியாய்
திரிந்த புகைப்படத்தை
கின்னஸ் சான்றிதழாய் பத்திரப்படுத்துகிறார்
நித்திரையிலும் அதை வருடுகிறார் !

கோபங்களால் திட்டினாலும்
கொஞ்சலுக்கு பஞ்சமில்லை!!
வெற்றிலை பாக்கிற்கு விடுமுறையில்லை
விடியலில் முன்னெழாத நாளும் இல்லை!!
அவருக்கு சிறு வேலைகள் நான் செய்ய
விலையேறும் பல பெயர்கள்
தங்கமே ! வைரமே!
முத்தே!
ஆலமரம் போல் அவர் அவர் நிழலில் தான்
நாங்கள் வாழ்கிறோம் !
சந்ததியின் சகாப்தம் அவர்

- இளங்கவி. மா. வசந்த குமார்

உணர்வுகளில் நிறைந்தவள் !

பெற்றோர்கள் அருகில் இருந்தும்
கேட்பவர்களிடம் என் பேத்தி என சொல்லி
மகிழாத தருணங்கள் இல்லை !
காலங்கள் பல கடந்தாலும்,
கதைகள் சொல்லி கதைதிடாத நாட்கள் இல்லை !
பிள்ளைகள் செய்த குறும்புத்தனங்களை
பேத்தியிடம் சொல்லி
கேலி செய்யாத சந்தர்ப்பங்கள் இல்லை !
அதே போல், தன் பேத்தி செய்த
சிறு விசியத்தையும் எண்ணிப்பார்த்து
வியந்திடாத நாழிகைகள் இல்லை !
வேண்டும் என நான் கேட்கும்
எதையும் வாங்கி தர மறுத்ததும் இல்லை !

கேட்காமலேயே தேவையானவற்றை செய்ய
மறந்ததும் இல்லை !
என யாவிலும் யாதுமாகி,
எப்பொழுது விவாதங்களுக்கு
விடையாய் புன்னகையை தரும் தாரிகை !
ஏனோ ?
வினாவே தொடங்காமல்,
விவாதமும் செய்யாமல்,
விடையையும் தராமல்,
தனியே, பயணிக்க காரணம் தான்
என்னவோ?
என வினவும் நினைவுகளும்,
விலாசமென உன்னையே தேட,
புரியாத பல புதிர்கள் தருகிறாய் !
மதி இருந்தும் இதுவரை நான்
விடை அறியாதிருபதும் ஏனோ ?

பெற்றதை மறந்து, உற்றதை தொலைத்து,
ஏன் ? நித்திரை காண துணிந்தாயோ ?
காண ஏங்கும் கண்களுக்கு
நான் என்னவென்று விளக்கம் அளிப்பது ?
விவரிக்க முடியா உயரம் சென்று
விட்டாய் என்பதை !
மதி ஏற்கும் பொழுதிலும்
மனம் உணர மறுக்கிறதே ? என்ன செய்வேன் ?
உனை தேடி செல்லும் கால்களுக்கு
பாதையை நான் எங்கே காண்பிப்பேன் ?
காற்றாய் மாறின உனது முகவரி தேடி
காற்றில் காகிதமாய் அலைகிறேன் !
விடை தர வாராயோ இல்லை !
காலம் கடத்தி செல்வாயோ !
இழப்பின் வலிகளாக
இவ்வரிகள்..!!

- கோகிலவாணி. ப

மூத்த தேவதை

ஆயிரம் கதைகள் சொன்னார் அவர்,
முதல் கதை வழக்கம் போல இல்லை,
ஒரு ஊரில் ஒரு சாமி.
அஞ்சு காசு நாளும் அடுப்புப்பானையில்
ஒளித்து வைக்கும் சிக்கனக்காரி,
மானம் தான் பெருசுன்னு
சொல்ற சுயமரியாதைக்காரி,
கல்யாண காரியம்னா
முறை சொல்ற பெரியமனுஷி,
பெத்தவங்குளுக்கு முன்ன நின்னா
ரெண்டாம் தாயி,
அவவ்வளவு பெரிய வீட்டுக்கு
திண்ணை காவக்காரி,
யாருக்கு எது வந்தாலும்
மருத்துவம் சொல்லுவா வைத்தியக்காரி,
ஆயிரம் கன்னுடையாலும்
கண்ணு வைக்கறன்னு எல்லாத்துக்கும்
சுத்திப்போடுற பாசக்காரி,
எவனுக்கும் கிடைக்காத சுருக்குப்பையின் ரகசியம்
பேரனுக்கு மட்டும் காமிச்சு
கொடுப்பால் மந்திரக்காரி,
வேளைகாரியாய் வீடு வந்த தெய்வம்
அவதான்னு கதை சொல்லி தீர்த்தர்.

- கிருஷ்ணகுமார் பாண்டியன்

எந்தன் நண்பியே

மருத்துவச்சியின் கையிலிருந்து பெற்று
அவளுக்கும் எனக்குமான முதல் தொடுதல்...
அவளின் குணம் வேண்டி, பாதிப் பெயர் எனக்கு...
இரண்டொரு வயதில் பெற்றவரை இழந்து விட
எந்தன் முழுதுமாகினாள் !
அவள் அனுபவசாலி குழந்தை !
நான் அனுபவம் கற்கும் குழந்தை !
தனிமையில் தாயானாள் !
இனிமையில் தோழியானாள் !
இவ்வுலகில் எவ்வுறவும் நிரந்தரமல்ல என்று
வாழ்க்கை பாடம் கற்பித்தவள் !
வாழ்க்கையை முடித்துக் கொண்டாள் !
இன்றோடு இரு வருடங்கள் !

- சரண்யா தேவி குமாரவேல்

என் ஆத்தா

மக பெத்த மகளா இருந்தாலும்
மகள விட உயர்வா பாத்துக்கிட்டவ !
மகள விட நல்லா வரணும்னு
மலமலையா வேண்டிக்கிட்டவ !
பசியால அழுதேனு பசு மாடு
வாங்கி வந்தவ !

பருவம் அடைஞ்சுட்டேனு
பச்சரிசி செஞ்சு தந்தவ !
பச்ச ஓடம்பு காரீன்னு
பக்குவமா பாத்துக்கிட்டவ !
பாவாட தாவணின்னு
பாத்து பாத்து எடுத்து தந்தவ !

அஞ்சு பத்து இருந்தாலும்
பகிர்ந்துண்ணுன்னு குடுத்தவ !
ஆயிரம் சொல் வந்தாலு
புன்னகையால மறைச்சவ !

அக்கம் பக்கம் பேச கூடாதுன்னு
அறத்தையெல்லாம் சொல்லித்தந்தவ !

பேசுன வாயெல்லாம் மெச்சனும்னு
ஆடம்பரமா சீரு செஞ்சவ !
கஷ்டம்னு வந்தா தெரிய
கூடாதுன்னு வெச்சுக்கிட்டவ !

படுக்கையிலு பிரிய கூடாதுன்னு
வாரி அணைச்சுக்கிட்டவ !
தெரியாத தொழிலில்லனு
தேகமெல்லாம் செதச்சுக்கிட்டவ !
உடம்பு வலி வந்தாலு
தூசி போல தள்ளிவிட்டவ !

முகஞ்சுழிச்சு வந்தேன்னு
மூக்குத்தி குத்தி விட்டவ !
மூக்கொழுகி வந்தாலு
முத்தழகு ஆக்கிவிட்டவ !

மூக்குமேல கோவம் வந்தா
வாரிசு முத்திரைனு சிரிச்சுக்கிட்டவ !
தாளி கட்டி போகும் முன்னே
முத்திரைய கொறச்சுக்கடேன்னு
சொல்லியு தந்தவ !
சண்டக்காரி புது வீடு
போரேன்னு அழுதிடுவா !
மறு வீடு வந்தா
புருசனோடவே போடேன்னு ஏச்சுறுவா !
புரியாத புதிரானவ புரியாத சொல்லுக்கு
புது அர்த்தமும் சொன்னவ !

சொன்ன சொல்லு சுட்டாலு
சொல்லாம மறைச்சு
சொக்கத் தங்கம் நீயடேனு மெச்சிருவா !
வார்த்தையால ஒஞ்சொல்லு சுட்டாலு
வயசான உன் அன்பு
மாறாதுடே என் ஆத்தா !

- ஜனனி ஆறுமுகம்

அக்கரை சேரும் வரையில் !

அந்தி வானம் சிவந்த நேரம்
விழியின் ஓரம் ஓடையாய்
வழிந்தோடியது நீர் ஆனந்தத்திலே !
இமை திறவா மொட்டு, நடுங்கிய கையில்
நழுவாமல் தழுவிக் கொண்டாள் !
அறவணித்து ஆறுதல் மகளிடம் கூறினாள் !
பாலூட்டும் நேரம் தவிர்த்து
அவள் மடியிலே தவழ்ந்தேன் !
கொஞ்சம் எட்டு வைத்து நடக்க
வழியாக மாறினாள் அவள் !
என் மழலை மொழியையும்
வாக்காக எண்ணினாள் அவள் !
என் சுட்டி தனத்தில்
கெட்டிக்காரியானாள் அவள் !
நான் வெற்றி பெற
சுற்றம் அழைத்து விருந்திட்டால் அவள் !
என் துயரத்திற்கு துணையாய்
நடைபோட்டால் அவள் !
நன்பனாய் தோழியாய்
என் பிம்பமானாள் அவள் !
நான் திருமதியாகிட
உள்ளம் நெகிழ்ந்தாள் அவள் !
மறுவிருந்திட்டு மனம் மகிழ்ந்தாள் அவள் !
மூன்றாம் பிறவில் அவள் நானாகிட !
மௌனத்தில் உறங்கிய அவளை,
அக்கரையில் சேர்த்தி உற்றத்தார்
சுற்றத்தார் களைந்தனர் !
அலையாய் அவள் ஞாபகம்,
ஓயாமல் உறவாடும், என்னோடு !
என்றேன்றும் !

- மயூரம்

சுகமான சுமை

வளைந்து நிற்கும் வினோதம் அவள் !
இரெண்டு இரெண்டு நாட்களாய்
பிய்த்து பிய்த்து பார்த்துவிட்டு
அருகே அவளணைப்பில்
இல்லை இல்லை !
அவளை அணைப்பில் கொள்ள
இரெண்டுவாரம் மொத்தமும் கிடைக்கையில்
மொத்தமாய் வேறாய் !
கண்ணுக்குத் தெரிகிறாள் !
எண்ணுக்குள் நிறைகிறாள் !
அவளால் மட்டும் அப்படி முடிகிறது ?
கண்ணைத் திறந்து தன் சுயத்தில் இருக்கும்
ஒவ்வொரு நொடியும் தன் பிள்ளை, தன் பேரன்,
தன் பேத்தி, தன் பூனை, தன் ஊர்.
இதைச் சுற்றியே தன் சுயத்தை
சுருக்கி வரைந்து கொள்கிறாள் !
சமயத்தில் சொல்லியதை
சொல்லிய கணமே மறக்கும் அவள்;
மீண்டும் மீண்டும் கூறுகையில்
தன் கருத்தை தக்கவைக்கும்
தீராத் தவிப்பினை கண்கள் தகிக்கும் !
தன் தோலின் ஒவ்வொரு சுருக்கத்துள்ளும்
பாசம் அடைத்தவள் !
ஒற்றைக் கால் நீட்டிவளைந்த முதுகுக்கு மேல்
வெண்கொண்டை இட்டு சிந்திய ஓமமுறுக்கை
ஒற்றை விரல்கொண்டு முற்றும் தேடியெடுத்து
வாயுளடைக்கையில் மீண்டும் மழலையாய்
மாறிவிட்டதை உறுதி செய்து கொள்கிறது காலம்!
தும்மிய பின் பொக்கை வாய் தெரிய
குறுகிய தோள் குலுங்க
சத்தமிட்டு சிரித்துக்கொள்வாள் !
நாசி கூசையில் எல்லாம்

தன் பேத்தியோ பேரனோ
தனை நினைப்பதாய்
பகிர்ந்து பூரித்துக்கொள்வாள் !
குட்டிப்பாவாடையில் சுற்றித்திரிந்த
தன் பேத்தியை புடவை கட்டிப்பார்க்கும் வரை
பாசத்தால் வளர்த்தவள் !
புடவை கட்டிய தன்னை
இரவி உடைக்கு மாற்றி வைத்த
பேத்தியின் கதைகூறாமல்
நாள் ஒன்று முடிந்ததில்லை !
தன் பிள்ளை தன் பேரப்பிள்ளை
அங்கம் துலக்கி, ஆசனவாய் கழுவி,
அழகாய் வலம் வர வித்திட்டவளின்
சுருங்கிய கைகள் தன் அங்கம் துலக்க
தன் கடன்தீர்த்துக் கொள்ள நடுங்கித் தவிப்பது
வயோதிகத்தின் வினை எச்சம் !

விளையாடி வறண்ட பேரப்பிள்ளைகளுக்கு
தேநீர் கொண்டு தொண்டை நனைத்து
குட்டி வயிற்றை பண்டங்களால் நிறைத்தவளின்
குரல்வளை சுருங்கிப்போய்
கொஞ்சமாய் உட்கொண்டு
இரவின் இருளில் எழுந்த பசியை
தட்டுத்தடுமாறி குவளை நீர் சிந்தி
டப்பாவில் அடைத்த பண்டங்கள் கொண்டு
பசி பூர்த்தி செய்கிறாள் !
அவளுக்கு வேண்டியதெல்லாம் கதைத்தல் !
எப்போதும் அவள் கதைப்பதற்கு
செவிமடுக்க ஒரு செவி மட்டும்தான் !
கூட்டமாய் நாம் ஏதோ பேசிச்சிரிக்கையில்
ஏன் சிரிக்கிறார்களென தெரியாமலே புரியாமலே
எல்லார் புன்னகையையும்

தன் உதட்டில் பிரதிபலிக்கையில்
வயோதிகத்தின் தனிமை
எத்தனை கொடூரமென்பதை
அந்த ஏங்கிய கண்கள் காட்டிக்கொடுக்கிறது
நேரம் காலம் பார்க்காமல்
உண்ண அழுததையும்,
கண்ட இடத்தில் கழித்துக் கிடந்ததையும்
தவறி செய்த தவறையும்
தெரிந்து செய்த தப்பையும் மன்னித்து மறந்து;
கண்ணுக்குள் வைத்து வளர்த்தலெல்லாம்
எத்தனை பெரிய தியாகமென
காலம் பாடத்தை படமாய் காட்டுகிறது
வாழும் தேவதைகள்
தாயாய் தான் உலா வருகிறார்கள்
பிள்ளைகளை ஏந்தி வளர்த்தல் மட்டுமல்ல
முதியோரை தாங்கி காத்தலும்
சுகமான சுமையே !

- முத்து மீனாட்சி

செல்ல அம்மாச்சி

அ ழகாக கதை சொல்லுவாள்
ஆ யிரம் அறிவுரைகளை அள்ளி வழங்குவாள்
இ லையிலே விருந்து வைப்பாள்
ஈ ந்து விடுவாள் அவள் பங்கில் பாதியை
உ ணவெல்லாம் அவள் கைப்பட்டால் தனி ருசியாகுமே
ஊ ர்க்கதை ஒன்றையும் விட்டு வைக்க மாட்டாள்
எ வ்வளவு அழகான பஞ்சணை அவள் மடி
ஏ தாவதும் தப்பு செஞ்சுபுட்டா தேடி வந்து திட்டுவாள்
ஐ யமின்றி வெட்டு ஒன்று துண்டு இரண்டு என்பாள்
ஒ ழுக்கமே முதன்மை என்பாள்
ஓ ங்காரமாய் வாழ்வாளே
ஔ வையை தமிழ் மறவாது
உன்னை நான் மறவேன்
செல்ல அம்மாச்சி
ஆயுள் உள்ளவரைக்கும்
நானே உன் பேத்தி அம்மாச்சி

   – கவிச்செம்மல். ஆ. நித்ய கல்யாணி

அம்மம்மா

அன்பைக் கொட்டுவதில் ஆணவக்காரி !
அறிவுரைகளின் பேரரசி !
பாசத்தில் பணக்காரி !
விடுகதை ஆட்டத்தின் இளவரசி !
அனுபவங்களின் ராணி !
குழந்தைங்கனா அவளுக்கு உசுரு !
ஏனென்றால்
அவளே ஒரு குழந்தை தானே !
அவ கொடுக்காத மருந்தில்லை !
ஆயிரம் வலிகள் இருந்தாலும்,
அவள் தரும் ஒரு முத்தத்தில்
வலிகள் மறைந்துபோகும் !
தாலாட்டு பாடுவா ! தைரியங் கூறுவா !
நான் சிரிப்பேனு அவ அழுவா !

என் அம்மம்மா
அடுத்த பிறவியில் என் மகளா நீ பிறக்கணும்
இதவிட அன்பைக்கொட்டி
என் கடனை அடைக்கணும் !

- சு. கோகிலா

அனுபவ அளவு

சுண்ணாம்பு வெற்றிலையில் சிவந்த நாவில்
அறிவுரை ஏராளம் ! கதைகள் தாராளம் !
இயற்கையின் பாரம்பரியம்,
சம்பிரதாயங்களின் சாரம்சம்,
அடுப்புகரியில் மருத்துவ குணம்,
ஆட்டு சாணத்திலும் இயற்கை உரம்,
பக்குவமாக பத்திரப்படுத்தும் பண்டங்கள்,
பருவ நிலையில் காலநிலையை
கணிக்கும் அறிவு !
உயர் ரக ஆடைகளை விரும்பாது;
உழைப்பில் வரும் உறக்கம் விரும்பி,
விசேஷங்களை விடியலாக வரவேற்று,
சடங்குகளை கண்ணியமாக செய்து,
கூடி வரும் உறவுகளை மகிழ்ற்று,
தன்னை அலங்கரித்து
தன் குடும்பத்தை அரவணைத்து
பேரன் பேத்திக்கு நல்வழி புகுத்தி
நிலை அறிந்து செயல் படு என்று உணர்த்துவர்.

– மு. முஹம்மது உமைர்